പി. രാമൻ മാസ്റ്റർ (1938 –2020)

1938 ൽ, കാരാൽ തെരു വാടി ചാത്തു എന്നവരുടെയും കെ. കല്ല്യാണിയുടെയും മകനായി ജനിച്ചു. കോടിയേരി ഈസ്റ്റ് ജൂനിയർ ബേസിക് സ്കൂൾ, BEMP ഹൈസ്കൂൾ തലശ്ശേരി, കണ്ണൂർ TTI എന്നിവിടങ്ങളിൽ വിദ്യാഭ്യാസം. കാസർകോഡ്, മാനന്തവാടി എന്നിവിടങ്ങളിൽ താൽക്കാലികമായി ജോലി ചെയ്തതിനുശേഷം സൗത്ത് വയലളം യു. പി. സ്കൂൾ, മാടപ്പീടികയിൽ സ്ഥിരാധ്യാപകനായി. 1993 ൽ വിരമിച്ചു.

കാരാൽതെരു ജനകീയ വായനശാലയുടെ പ്രവർത്തനങ്ങളിൽ സജീവമായി ചെറുപ്പം മുതലെ പ്രവർത്തിച്ചുവന്നിരുന്നു. 1962 മുതൽ ജോയിന്റ് സെക്രട്ടറിയായും 1964 മുതൽ 1989 വരെ വായനശാല സെക്രട്ടറിയായും തുടർന്ന് പ്രസിഡണ്ടായും പ്രവർത്തിച്ചു. ഗ്രന്ഥശാലാസംഘം തലശ്ശേരി താലൂക്ക് കമ്മിറ്റി അംഗമായും പ്രവർത്തിച്ചിട്ടുണ്ട്. ഗ്രന്ഥാലയത്തിൽ പ്രവർത്തിച്ചിരുന്ന നളന്ദകലാ കേന്ദ്രത്തിന്റെ പ്രവർത്തനങ്ങളിൽ സജീവമായി മുന്നിലുണ്ടായിരുന്നു. എല്ലാ വർഷവും വാർഷികത്തിന് സാമൂഹ്യസംഗീത നാടകങ്ങൾ അവതരിപ്പിക്കുമായിരുന്നു. പ്രശസ്തരായ എഴുത്തുകാരുടെ നാടകങ്ങളാണ് തെരഞ്ഞെടുത്തിരുന്നത്. അത്തരം നാടകങ്ങൾക്ക് ഗാനരചന നടത്തിയിരുന്നു. ചില ഏകാങ്കനാടകങ്ങൾ എഴുതുകയും അവതരിപ്പിക്കുകയും ചെയ്തിട്ടുണ്ട്. സജീവ ഇടതുപക്ഷ പ്രവർത്തകനും ആയിരുന്നു.

സഹോദരി : പി. കമല

ഭാര്യ : പി. മൈഥിലി

മക്കൾ : റീന വി. (ടീച്ചർ, കൂടാളി ഹയർസെക്കന്ററി സ്കൂൾ)
റീജ വി. (അക്കൗണ്ടന്റ്)
മീറ വി. (അസിസ്റ്റന്റ് മാനേജർ, KSFE)
മനോജ് വി. (R&D എഞ്ചിനീയർ, Apple Inc, സിങ്കപ്പൂർ)

Malayalam Language
Nataka Ganangal
(Drama Songs)
by
P. Raman Master

♦

Published in January 2023
by Kairali Books Private Limited
Thalikkavu Road, Kannur.
Ph : 0497-2761200
E-Mail : kairalibooksknr@gmail.com

♦

Cover Design
Prasanth Mangad

Price ₹ : 160.00
95/22-23/Sl.No.1403/100/NS 18.6
ISBN 978-93-94472-42-6

നാടകഗാനങ്ങൾ

പി. രാമൻ മാസ്റ്റർ

കൈരളി ബുക്സ്

അവതാരിക

കേരളീയ നവോത്ഥാന ചരിത്രത്തിൽ നാടകങ്ങൾക്ക് വലിയ പ്രാധാന്യമുണ്ട്. അന്ധവിശ്വാസങ്ങളിലും അനാചാരങ്ങളിലും മുഴുകി കഴിഞ്ഞിരുന്ന ഒരു ജനതയെ അവകാശബോധത്തിലേക്ക് ഉയർത്തിയെടുക്കുന്നതിൽ കലാസമിതികളും അവരവതരിപ്പിച്ച നാടകങ്ങളും വലിയ പങ്കു വഹിച്ചു. ഓരോ ഗ്രാമത്തിലും വായനശാലകളുടേയും കലാസമിതികളുടേയും നേതൃത്വത്തിൽ വർഷാവർഷം കലാപരിപാടികളും നാടകാവതരണങ്ങളും നടന്നുവന്നിരുന്നു. എന്നാൽ നാടകങ്ങൾ പൊതുവെ അച്ചടിക്കപ്പെടുകയോ സൂക്ഷിച്ചുവെക്കുകയോ ചെയ്തുവരാറില്ല.

നാടകഗാനങ്ങളുടെ കാര്യം ഇതിലും ദയനീയമാണ്. കെ.പി.എ.സി യുടെ നാടകഗാനങ്ങൾ മാത്രമാണ് ഇതിനൊരപവാദം. ഇങ്ങനെയൊരു സാഹചര്യത്തിലാണ് ഗ്രന്ഥശാലാപ്രവർത്തകനും കലാസമിതി ഭാരവാഹിയുമായിരുന്ന ശ്രീ. രാമൻമാസ്റ്ററുടെ ഏതാനും നാടകഗാനങ്ങളും ഒരു ഏകാങ്കനാടകവും പുസ്തകരൂപത്തിൽ പ്രസിദ്ധീകരിക്കപ്പെടുന്നത്. ഒരു കാലഘട്ടത്തിന്റെ ഹൃദയസ്പന്ദനം നിങ്ങൾക്കീ പുറങ്ങളിൽ കേൾക്കാം.

വിജയൻ കൂടാളി

ഒന്ന്

ഓഹോ... ഹൊ...ഹൊ...ആ...ആ...
കിഴക്കുമാമല മുകളിൽ നിന്നൊരു
വിളക്കുനാളം ചൊരിയും ചെങ്കതിർ
വിരിച്ചൊരുക്കിയ മഴവിൽക്കാവിൽ
മഞ്ഞല ചാർത്തുന്ന പുലരിയിതാ...
പുലരിയിതാ...
വിരിഞ്ഞു നിൽക്കും വിശാല വീഥിയിൽ
ചൊരിയൂ വെള്ളിവെളിച്ചം നീ
വിയർപ്പു മുത്തുകൾ വിളഞ്ഞുനിൽക്കും
വിരിഞ്ഞ മലരണിക്കാവുകളിൽ
കിഴക്കുമാമല...
കിഴക്കുമാമല മുകളിൽ നിന്നാ
ചെമപ്പു ചെങ്കതിർ പൂശി വരുന്നാ
വിരിഞ്ഞ ചെമ്മുകിൽ മാലകൾ നീളെ
വരുന്നൂ നീല വിഹായസ്സിൽ
(ഓഹോ... കിഴക്കുമാമല...)

•

നാടകം : കുമ്പസാരം (കറവപ്പശുക്കൾ)
അവതരണം : നളന്ദകലാകേന്ദ്രം - കാരാൽതെരു
തീയതി : 26-02-1968
സംഗീതം : ബാലരാജ് പള്ളൂർ

നാല്

അലകടലിരമ്പുന്നു അലയാഴി പതയുന്നു
അകലെയാ ചക്രവാളം കറുത്തിരുന്നു
ഒരു മിന്നൽപ്പിണരെങ്ങോ
ഒളിമിന്നിപ്പറന്നല്ലോ....
വിറകൊള്ളും കൊടുങ്കാറ്റിൽ
വിരിമാറുകാട്ടു മൂഴി.... ഈ....
മരുഭൂവിൻ ശൂന്യതയിൽ
മരവിച്ച ജീവിതങ്ങൾ
മരുപ്പച്ച കാണാനിന്ന്
അലയുന്നു വഴിനീളെ.... ഏ... ഏ
കരിന്തിരി കത്തീടുന്നു
പുകച്ചുരുൾ പൊങ്ങീടുന്നു
കരളിലെ കിനാവുകൾ
കരിഞ്ഞിതാ തീർന്നിടുന്നു
കരളിലെ കിനാവുകൾ
കരിഞ്ഞിതാ തീർന്നിടുന്നു.

•

നാടകം	: കുമ്പസാരം (കറവപ്പശുക്കൾ)
അവതരണം	: നളന്ദകലാകേന്ദ്രം - കാരാൽതെരു
തീയതി	: 26-02-1968
സംഗീതം	: ബാലരാജ് പള്ളൂർ

അഞ്ച്

കരകാണാതുഴലുമെൻ ജീവിതം
ഇന്നു കരയുവാൻ മാത്രമോ, ജീവിതം
നാളെ വിരിയില്ലെ മോഹങ്ങളൊന്നുമേ
ഇനി, തളിരിട്ടു നിൽക്കുമോ വാടികാ....
ഇനി, തളിർക്കുമോ ജീവിത വനികയിൽ
നാളെ വിടരുമോ മധുരാനുഭൂതികൾ
നറുമലരുകൾ ചൊരിയുമാ തേൻകനി
കരിവണ്ടുകൾ നുകരാൻ വന്നിടുമോ (2)
(കരകാണാ....)
മമമാനസ വീണതൻ തന്ത്രികൾ
ഇനിയുണരില്ലെയൊന്നുമേ പാടുവാൻ
ശോകഗാനത്തിൻ ധാരയല്ലാതെയീ
നീറും കരളിൽ നിന്നെന്തേ പൊങ്ങുവാൻ (2)
(കരകാണാ....)

•

നാടകം : കുമ്പസാരം (കറവശപ്പശുക്കൾ)
അവതരണം : നളന്ദകലാകേന്ദ്രം - കാരാൽതെരു
തീയതി : 26-02-1968
സംഗീതം : ബാലരാജ് പള്ളൂർ

ആറ്

ഞങ്ങൾ വരുന്നൂ.... ഞങ്ങൾ വരുന്നൂ...
ഞങ്ങൾ വരുന്നൂ ഞങ്ങൾ വരുന്നൂ
വിരിഞ്ഞ വർണപ്പൂക്കളുമായി
ഞങ്ങൾ വരുന്നൂ പുതിയൊരു കാഹള
മുതിരും മോചനഗാനവുമായ്....
ഉണർന്നു നമ്മൾ....... കുതിച്ചുപായുക....
ഉണർന്നു നമ്മൾ കുതിച്ചുപായുക
പുണർന്ന രക്തപതാകയുമായ്
ഉണർന്നു നമ്മൾ പടവെട്ടീടുക
രണാങ്കണത്തിലൊരേയണിയായ്
ഞങ്ങൾ വരുന്നൂ .... രണാങ്കണത്തിൽ...
ഞങ്ങൾ വരുന്നൂ രണാങ്കണത്തിൽ
ഞങ്ങടെ രക്തപതാകയുമായ്
ഞങ്ങൾ വരുന്നൂ ഞങ്ങൾ വരുന്നൂ
വയലേലകളുടെ മക്കൾ വരുന്നൂ
തൊഴിലാളികളെ.... കർഷകരെ....
തൊഴിലാളികളെ കർഷകരെ
അദ്ധ്വാനിക്കും മർദ്ദിതരെ
നാമൊന്നായിട്ടുണർന്നു പാടുക
വിപ്ലവമോചനഗാനങ്ങൾ
ജനവഞ്ചകരെ..... ജൂദാസുകളെ
ജനവഞ്ചകരെ ജൂദാസുകളെ
സാമ്രാജ്യത്തിൻ മോഹികളെ
നിങ്ങടെ തോക്കുകൾ ഗർജ്ജിച്ചാലും
ഞങ്ങടെ പടയണി തകരില്ലാ....
തകരില്ലാ.... തകരില്ലാ.... തകരില്ലാ....

•

നാടകം : കരിഞ്ഞ മഞ്ഞ്
അവതരണം : നളന്ദകലാകേന്ദ്രം - കാരാൽതെരു

ഏഴ്

യുഗങ്ങൾ വിടരുന്നൂ....
യുഗങ്ങൾ കൊഴിയുന്നൂ....
യുവകാഹളങ്ങൾ.... അലയടിച്ചുയരുന്നൂ

അലയാഴിക്കപ്പുറം മരുഭൂവിനപ്പുറം
അകലുന്ന ചക്രവാള സീമയ്ക്കുമപ്പുറം
അലയടിച്ചെത്തട്ടെയൈക്യത്തിൻ കാഹളം
യുഗങ്ങൾ വിടരുന്നൂ....
യുഗങ്ങൾ കൊഴിയുന്നു....
യുവകാഹളങ്ങൾ.... അലയടിച്ചുയരുന്നൂ

പുതുഭാരതത്തിന്നരുണാഭ ചാർത്താൻ
പുതുജീവിതത്തിൽ പുളകങ്ങൾ ചാർത്താൻ
നവഭാരതത്തിന്നുയിരേകുവാനായ്
യുവരക്തബിന്ദുക്കളുണരട്ടെ നമ്മിൽ

യുഗങ്ങൾ വിടരുന്നൂ....
യുഗങ്ങൾ കൊഴിയുന്നൂ....
യുവകാഹളങ്ങൾ....
അലയടിച്ചുയരുന്നൂ....

•

നാടകം	: അഗ്നിപർവ്വതം (വിഷപ്പാമ്പുകൾ)
അവതരണം	: നളന്ദകലാകേന്ദ്രം - കാരാൽതെരു
തീയതി	: 26-02-1970
സംഗീതം	: ബാലരാജ് പള്ളൂർ

എട്ട്

പൂങ്കുയിലെ വന്നണയൂ നിൻ
പൂഞ്ചിറകൊന്നു വിടർത്തി....
പ്രേമഗാനം വീണയിൽ മീട്ടാൻ
പാറി വന്നിടു നീ....
പാറി വന്നിടു നീ....
തോറ്റിരുന്നൊരു പൂങ്കുയിലെ നിൻ
മോഹനസ്വപ്നം വിരിയാൻ
രാഗലോല വീണയിൽ നീ നിൻ
ഗാനമൊന്നു പൊഴിക്കൂ....
ഗാനമൊന്നു പൊഴിക്കൂ....
പൂങ്കുയിലെ......
പൂഞ്ചിറകാൽ തത്തിതത്തി
വാനിലലഞ്ഞു നടന്നൂ നീ....
കൂട്ടിലേക്ക് പോകാനെന്തെ
വൈകിയതെന്തേ കിളിയേ....
വൈകിയതെന്തേ കിളിയേ....
പൂങ്കുയിലെ.....

•

നാടകം : അഗ്നിപർവ്വതം (വിഷപ്പാമ്പുകൾ)
അവതരണം : നളന്ദകലാകേന്ദ്രം - കാരാൽതെരു
തീയതി : 26-02-1970
സംഗീതം : ബാലരാജ് പള്ളൂർ

ഒമ്പത്

കനകച്ചിലങ്കകളണിഞ്ഞു കൊണ്ടൊരു
കമനീയ മോഹന നൃത്തം ചവിട്ടാൻ
മനസ്സിലാകെ മോഹങ്ങൾ വിരിഞ്ഞു
മണിവേദിയാകെ രാഗങ്ങൾ ചൊരിഞ്ഞു
പാടാനായ് ശ്രുതി മീട്ടി
ആടാനായ് പദം വെച്ചു
താളത്തിന് ചിലങ്കകൾ കിലുങ്ങിയില്ല....
കിലുങ്ങിയില്ല....
പാദങ്ങൾ ചലിച്ചപ്പോൾ
രാഗങ്ങളുയർന്നപ്പോൾ
മോഹങ്ങൾ കരിയുന്നെൻ മനക്കാമ്പിൽ
പാടുന്ന പാട്ടിനൊപ്പം
മീട്ടുന്ന ശ്രുതിക്കൊപ്പം
തേങ്ങുന്നെൻ ഹൃദയത്തിൽ മണിച്ചിലങ്ക
മണിച്ചിലങ്ക
കനകച്ചിലങ്കകളണിഞ്ഞുകൊണ്ടൊരു
കമനീയ മോഹന നൃത്തം ചവിട്ടാൻ
മനസ്സിലാകെ മോഹങ്ങൾ വിരിഞ്ഞു
മണിവേദിയാകെ രാഗങ്ങൾ ചൊരിഞ്ഞു.

•

നാടകം	: അഗ്നിപർവ്വതം (വിഷപ്പാമ്പുകൾ)
അവതരണം	: നളന്ദകലാകേന്ദ്രം - കാരാൽതെരു
തീയതി	: 26-02-1970
സംഗീതം	: ബാലരാജ് പള്ളൂർ

പത്ത്

സൈക്കിളിൽ ജനനം സൈക്കിളിൽ മരണം
സൈക്കിളിലെല്ലാ ജീവിതവും
സൈക്കിളഭ്യാസം നടത്തേണമോ
ഈ നാട്ടുകാർക്കിതു കാണേണമോ
എങ്കിലെനിക്കൊരപേക്ഷയുണ്ട്
കല്ലേറു നടത്തല്ലെ നാട്ടുകാരേ

സൈക്കിളിൽ ജനനം സൈക്കിളിൽ മരണം
സൈക്കിളിലെല്ലാ ജീവിതവും
ബെല്ലില്ലാ ബ്രേക്കില്ലാതെന്റെ വണ്ടി
ഓടുന്നു രാപ്പകലെന്നില്ലാതെ
യജ്ഞം നടത്തീട്ടു പോക്കറ്റുകാലി
പഞ്ഞം കിടന്നിട്ടു വയറാണ് കാലി
സൈക്കിളിൽ ജനനം സൈക്കിളിൽ മരണം
സൈക്കിളിലെല്ലാ ജീവിതവും

കല്ലേറു നടത്തുന്ന കൈകൾകൊണ്ട്
ചെരിപ്പുകൾ എറിയുന്ന കൈകൾകൊണ്ട്
കാശുകളെറിഞ്ഞാലീയജ്ഞം
ഭേഷായിത്തീരുമെൻ നാട്ടാരെ....
സൈക്കിളിൽ ജനനം സൈക്കിളിൽ മരണം
സൈക്കിളിലെല്ലാ ജീവിതവും

•

നാടകം	: അഗ്നിപർവ്വതം (വിഷപ്പാമ്പുകൾ)
അവതരണം	: നളന്ദകലാക്ഷേത്രം - കാരാൽതെരു
തീയതി	: 26-02-1970
സംഗീതം	: ബാലരാജ് പള്ളൂർ

പതിനൊന്ന്

മലരണിക്കാവുകളിൽ
മധുപനുണ്ണാൻ വന്നപ്പോൾ
നവവധുപോൽ വന്നു നിന്നൂ
ഹൃദയഹാരിയാം നീ....
ഹൃദയഹാരിയാം നീ....
വെണ്ണിലാവിൻ വള്ളിക്കുടിലിൽ
വെള്ളാമ്പൽപ്പൂ നിരത്തിവെച്ചു
വെള്ളിമുകിലുകളൊരുക്കി വെച്ചു
വെള്ളി വിളക്കുകൾ നിരത്തിവെച്ചു
മലരണിക്കാവുകളിൽ......
താരകൾ കാർത്തികദീപം കൊളുത്തി
താരാകുമാരികൾ നർത്തനമാടീ
മാരിവില്ലിൻ വർണഭംഗികൾ
മാറിമാറിപ്പതിഞ്ഞപ്പോൾ
മലരണിക്കാവുകളിൽ....

•

നാടകം	: അഗ്നിപർവ്വതം (വിഷപ്പാമ്പുകൾ)
അവതരണം	: നളന്ദകലാകേന്ദ്രം - കാരാൽതെരു
തീയതി	: 26-02-1970
സംഗീതം	: ബാലരാജ് പള്ളൂർ

പന്ത്രണ്ട്

കന്യാമറിയമേ സ്നേഹസ്വരൂപമേ
കണ്ണീര് മാറ്റീടണേ.... കണ്ണീര് മാറ്റീടണേ
നിൻ തിരുമുമ്പിൽ കൈകൂപ്പി നിൽക്കുന്നു
നിൻ നാമം വാഴ്ത്തപ്പെടാനായ്
ജീവിതമാകവെ കയ്പുനീർ മോന്തുമീ
പാവമാം ഞങ്ങൾ വണങ്ങുന്നു
കന്യാമറിയമേ സ്നേഹസ്വരൂപമേ
കണ്ണീര് മാറ്റീടണേ... കണ്ണീര് മാറ്റീടണേ...

പാപികൾക്കെല്ലാം മോചനം നൽകുവാൻ
പാരിടം പരിശുദ്ധമാക്കാൻ
ദൈവത്തിൻ പുത്രനു ജന്മം നൽകിയ
ദേവതയാം നീ കനിയേണമേ
കന്യാമറിയമേ....സ്നേഹസ്വരൂപമേ
കണ്ണീര് മാറ്റീടണേ.... കണ്ണീര് മാറ്റീടണേ....
•

നാടകം : അഗ്നിപർവ്വതം (വിഷപ്പാമ്പുകൾ)
അവതരണം : നളന്ദകലാകേന്ദ്രം - കാരാൽതെരു
തീയതി : 26-02-1970
സംഗീതം : ബാലരാജ് പള്ളൂർ

പതിമൂന്ന്

ഇന്നെന്റെ മാനസ മണിവീണയിൽ
ഇതൾ വിരിയും അനുരാഗത്താൽ
എൻ കാമുകനാം പ്രാണേശ്വരനെ
മയക്കിയുറക്കും ഞാൻ.... മയക്കിയുറക്കും ഞാൻ
വസന്ത പൗർണമി രാവുകളിൽ
വികാര സരസ്സിൻ തീരത്തിൽ
വിരിച്ച ശയ്യാമലരുകളിൽ
മയക്കിയുറക്കും ഞാൻ.... മയക്കിയുറക്കം ഞാൻ
മധുവിധു രാവിൻ സ്വപ്നം കാണും
മധുരവികാരം പുണരാൻ വെമ്പും
മധുരക്കിനാവിൽ നീന്തിത്തുടിക്കും
മമകാമിനി പ്രാണേശ്വരി.... മമകാമിനി പ്രാണേശ്വരി
സന്ധ്യതൻ സിന്ദൂര പൊട്ടുംതൊട്ട്
സ്വപ്നം മയങ്ങും മിഴികളാലെ
എൻ ജീവവാടിയിൽ പൂത്തുലഞ്ഞ
മന്മഥമോഹിനി പ്രാണേശ്വരി
(ഇന്നെന്റെ മാനസ...)

•

നാടകം	: സൂര്യാഘാതം
അവതരണം	: ടെൻസ്റ്റാർക്ലബ്, കോയ്യോട്ട്തെരു
തീയതി	: 14-02-1980
സംഗീതം	: ഗാനഭൂഷണം തലശ്ശേരി ബാലൻ

പതിനാല്

പനിനീർ ചോലയിൽ പരിമളം വീശിയ
പവിഴമല്ലി പൂവുകളേ
പരിചയമുണ്ടോ.... പരിഭവമാണോ
പറയൂ എൻ പ്രിയ സഖിയെവിടെ
പറയൂ.......
വിണ്ണിലെ മാറിൽ വിരിഞ്ഞത് പൂവോ
വിരഹിണിയാമെൻ കാമിനി മുഖമോ
ചന്ദന ശീതളഛായയിൽ മുങ്ങിയ
ചമ്പകമലരേയെൻ സഖിയെവിടെ
(പനിനീർ...)
പാലൊളി വീശിയ പൗർണമിരാവും
പാടിരസിച്ച മലരണിക്കാവും
വാർമുടിക്കെട്ടിലെ നറുമുല്ലമണവും
വേർപിരിഞ്ഞു.... ശൂന്യതമാത്രം
(പനിനീർ...)

•

നാടകം : സൂര്യാഘാതം
അവതരണം : ടെൻസ്റ്റാർക്ലബ്, കോയ്യോട്ട്തെരു
തീയതി : 14-02-1980
സംഗീതം : ഗാനഭൂഷണം തലശ്ശേരി ബാലൻ

പതിനഞ്ച്

മമ്മിക്ക് ഫീവറോ ഹെഡെയ്ക്കോ
ചെസ്റ്റിന് പെയിനുണ്ടോ ഐനോവോ
ഇഞ്ചക്ഷൻ വേണോ, ടാബ്ലറ്റ് വേണോ
നെഞ്ചിന് തടവാൻ ടാർപ്പന്റൈൻ വേണോ
    പഞ്ചാര വാക്കുകളോതി
    ഇഞ്ചക്ഷൻ ചെയ്യും നിങ്ങൾ
    റിയാക്ഷൻ വന്നാൽ പോലും
    ഫ്രീയായ് പോകും നിങ്ങൾ
പാവങ്ങൾ രോഗിയെന്നാൽ
കാശില്ലാ പുള്ളിയായാൽ
മുല്ലപ്പൂ പല്ലും കാട്ടി
കൊല്ലാക്കൊല ചെയ്യും നിങ്ങൾ
(മമ്മിക്ക്...)

കോങ്കണ്ണൻ ഡോക്ടറെ കണ്ടാൽ
മീങ്കണ്ണി നേഴ്സ് ചിരിക്കും
കോമ്പല്ലൻ കൊമ്പോണ്ടറോ
ഏമ്പക്കം വിട്ടു കൊടുക്കും
ഫീവറ് വന്നാലോ ടാബ്ലറ്റ്
ഓവറായാലോ സ്പെഷലിസ്റ്റ്
എം.ബി.ബി.എസ്, എഫ്.ആർ സി
ലണ്ടൻ പിന്നെ ന്യൂയോർക്ക്
(മമ്മിക്ക്...)

•

നാടകം : കറുത്തവെളിച്ചം
അവതരണം : ടെൻസ്റ്റാർക്ലബ്, കോയ്യോട്ട്തെരു
തീയതി : 04-03-1981
സംഗീതം : ഗാനഭൂഷണം തലശ്ശേരി ബാലൻ

പതിനാറ്

പാരിജാതം പൂത്തുലയുമ്പോൾ
പരിമളമെങ്ങും പതഞ്ഞുതിരുമ്പോൾ
കൺമണി നിന്നെ കാണാനെത്തും
വിൺ തിങ്കളെന്നും പാതിരരാവിൽ
വിൺകളെന്നും പാതിര രാവിൽ
താരാമണികൾ നിന്റെ മാറിൽ
മാരിവില്ലിൻ താലിചാർത്തി
മോഹനാംഗിയായ് നീയണയുമ്പോൾ
മോഹമെന്നിൽ പതയുതിരുന്നു
മോഹമെന്നിൽ പതയുതിരുന്നു
നീലവിണ്ണിൽ പൂന്തിങ്കൾ ചിതറിയ
നീലമലരിൻ സ്വപ്നസരസ്സിൽ
നീന്തിവരുമോ നീരാട്ടിനായ് നീ
നീലോല്പലമിഴി കൺമണിയാളെ
നീലോല്പല മിഴി കൺമണിയാളെ
പാരിജാതം പൂത്തുലയുമ്പോൾ....

•

നാടകം : കറുത്തവെളിച്ചം
അവതരണം : ടെൻസ്റ്റാർക്ലബ്, കോയ്യോട്ട്തെരു
തീയതി : 04-03-1981
സംഗീതം : ഗാനഭൂഷണം തലശ്ശേരി ബാലൻ

പതിനേഴ്

മാനത്തെ പന്തലിൽ
കൺമണി കണ്ടോ
താരങ്ങൾ പൂവിരിച്ചു
മേഘത്തിൻ മാലകൾ തൻ
തൂവെള്ള പട്ടും ചാർത്തി
തൂവെള്ള പട്ടും ചാർത്തി
മാണിക്യ മുത്തുകളാൽ
മണിപ്പന്തൽ മാലചാർത്തി
കാണിക്ക വെച്ചുവല്ലോ
പൂമണിമാരനായി.
(മാനത്തെ പന്തലിൽ...)
ആകാശവീചികളിൽ
അരളി പൂങ്കാവനിയിൽ
ഹേമന്ത പൗർണമിയാം
നവവധു വന്നണഞ്ഞു
നവവധു വന്നണഞ്ഞു.
(മാനത്തെ പന്തലിൽ....)
നിൻ മദിരോത്സവത്തിൽ
നിൻ രഥോത്സവത്തിൽ
നക്ഷത്രകന്യകകൾ നർത്തനമാടീടുന്നു
(മാനത്തെ പന്തലിൽ....)

•

നാടകം : കറുത്തവെളിച്ചം
അവതരണം : ടെൻസ്റ്റാർക്ലബ്, കോയ്യോട്ട്തെരു
തീയതി : 04-03-1981
സംഗീതം : ഗാനഭൂഷണം തലശ്ശേരി ബാലൻ

പതിനെട്ട്

മന്ദാരക്കാട്ടിലെ പഞ്ചമിരാവിലെ
പഞ്ചമം പാടുന്ന പൂങ്കുയിലെ
പെറ്റമ്മയാണോ പോറ്റമ്മയാണോ
നോറ്റുവളർത്തിയതാരാണ്-
നിന്നെ നോറ്റുവളർത്തിയതാരാണ്
താരാട്ടുപാടി താലോലമാടി
പേരാലിൻ കൊമ്പത്തൊരൂഞ്ഞാലിൽ
പെറ്റമ്മയാണോ പോറ്റമ്മയാണോ
നോറ്റുവളർത്തിയതാരാണ്-
നിന്നെ നോറ്റുവളർത്തിയതാരാണ്
മന്ദാരക്കാട്ടിലെ....
പൊൻവാകച്ചോട്ടിലെ പച്ചിലക്കാട്ടിലെ
പിച്ചകപ്പൂന്തെന്നൽ തെന്നിടുമ്പോൾ
നിന്റെയിണക്കുയിൽ അങ്ങെമരക്കൊമ്പിൽ
നിന്നെയും കാത്തിരിപ്പുണ്ട്.
മന്ദാരക്കാട്ടിലെ.....

•

നാടകം : കറുത്തവെളിച്ചം
അവതരണം : ടെൻസ്റ്റാർക്ലബ്, കോയ്യോട്ട്തെരു
തീയതി : 04-03-1981
സംഗീതം : ഗാനഭൂഷണം തലശ്ശേരി ബാലൻ

പത്തൊമ്പത്

ജീവവാടിയിൽ നറുമുല്ല മലരിൽ
പൂവിതൾ വിരിയാനാഗ്രഹിച്ചു
ഭാവന തൻ മണിമഞ്ചലിലേറി
രാഗമാധുരി വന്നില്ല....
(ജീവവാടിയിൽ...)
എത്രവസന്തം എത്ര ശിശിരം
നിന്റെ മനസ്സിൽ തിരതല്ലി
കാരിരുമ്പഴി വിട്ടകന്നിട്ടും
കൂരിരുട്ടിൽ നീയലയുന്നു
കൂരിരുട്ടിൽ നീയലയുന്നു
നിൻ കൺമണി തൻ മാംഗല്യം കാണാൻ
നിന്റെ ധർമ്മിണിയില്ലല്ലോ
മരിക്കാത്ത നീയും മരിച്ച നിൻപ്രിയയും
ഒരു നാണയത്തിന്നിരുപുറമല്ലോ
ഒരു നാണയത്തിന്നിരുപുറമല്ലോ....
(ജീവവാടിയിൽ...)

•

നാടകം : കറുത്തവെളിച്ചം
അവതരണം : ടെൻസ്റ്റാർക്ലബ്, കോയ്യോട്ട്തെരു
തീയതി : 04-03-1981
സംഗീതം : ഗാനഭൂഷണം തലശ്ശേരി ബാലൻ

ഇരുപത്

ഹരിജനങ്ങളെ ഗിരിജനങ്ങളെ
അരവയറിൻ പട്ടിണിയാൽ
പൊരിവെയിലിൽ പണിചെയ്യും
ഹരിജനങ്ങളെ, ഗിരിജനങ്ങളെ
അടിമകളായ് ജന്മിവർഗം
വകയിരുത്തും നിങ്ങളും
ഭരണവർഗ പരിഷകളെ
വലിച്ചിറക്കാനൊരുങ്ങി നിൽപ്പൂ...
ഉണർന്നു നിങ്ങളേറ്റു പാടൂ...
ഡി.വൈ.എഫ്.ഐ. സിന്ദാബാദ്
അലകടൽ പോലെയലറട്ടെ
അണിമുറിയാതൊഴുകട്ടെ
പുത്തനൈക്യഭാരതത്തിൽ
പുതിയൊരുജ്ജ്വല ശക്തിയായ്
ഹരിജനങ്ങളെ, ഗിരിജനങ്ങളെ....
ഉണർന്നു നിങ്ങളേറ്റു പാടൂ...
ജന്മി ബൂർഷ്വാ ഭരണകൂടം
കുത്തക തൻ കൊട്ടത്തളം
അടിച്ചുടച്ചു വാർക്കുവാൻ
അടർക്കളത്തിലേറുവിൻ
ഹരിജനങ്ങളെ, ഗിരിജനങ്ങളെ....
ഉണർന്നു നിങ്ങളേറ്റു പാടൂ....

•

തെരുവ് നാടകം : ബൽച്ചി (1981)
അവതരണം : ഡി.വൈ.എഫ്.ഐ കാരാൽതെരു
തീയതി : 1981
പാടിയത് : കെ.വി. രാഘവൻ

ഇരുപത്തൊന്ന്

ഭാരതമണ്ണിലെ ധീരരക്തസാക്ഷികൾ
വിരചിച്ച വീരകഥകളിലൂടെ
പുതിയൊരു ചേതന ഉയിർത്തെഴുന്നേൽക്കൂ
പുതിയൊരു വിപ്ലവകാഹളവുമായ്...
ഈ മണ്ണിലിവിടെ ജനകോടികളിൽ
ജാതിമതത്തിൻ വിഷബീജങ്ങൾ
വാരിവിതറും കൈകളിലണിയാൻ
വേഗമൊരുക്കൂ കൈച്ചങ്ങലകൾ
ബീഹാറെന്നൊരു സംസ്ഥാനത്തിൽ
ബെൽച്ചിഗ്രാമം കഥയോതുന്നു
മനുഷ്യമാംസം ചുട്ടെരിച്ചൊരു
വൈതാളികരുടെ കഥ പറയുന്നു
ഉത്തേരന്ത്യൻ ഗ്രാമങ്ങളിലും
മൊറാദാബാദും ബാഗ്പത്തും
മത്തുപിടിച്ച മതഭ്രാന്തിന്റെ
വർഗീയതയുടെ കഥപറയുന്നു.

•

നാടകം : ബൽച്ചി (1981)
അവതരണം : ഡി.വൈ.എഫ്.ഐ കാരാൽതെരു യൂനിറ്റ്
തീയതി : 1981
പാടിയത് : കെ.വി. രാഘവൻ

ഇരുപത്തിരണ്ട്

ഉണരൂ പ്രഭാതമേ....
യുവചേതനയുടെ വിഭാതമേ....
ഉണർന്നെഴുന്നേൽക്കൂ...
നവകാഹളത്തിൻ
പ്രഭാതകുങ്കുമ രാജികളെ....
പ്രഭാതകുങ്കുമ രാജികളെ...
ഉണരൂ പ്രഭാതമേ, വിടരൂ പ്രഭാതമേ
ഉണരുന്ന നാടിന്റെ ചൈതന്യഭാവമേ
പടരുന്ന കാഹള പടഹധ്വനികളാൽ
ചിതറട്ടെ ചീന്തട്ടെ അധികാര ദുർഗകൾ
(ഉണരൂ പ്രഭാതമേ...)
യുവജനലക്ഷങ്ങൾ നീതിക്കായ് നാളത്തെ
നവചേതനതൻ പുതിയ പുലരിക്കായ്
പടരട്ടെ നാടിന്റെ യുവശക്തി ഗീതങ്ങൾ
വിടരട്ടെ വിപ്ലവ വീരേതിഹാസങ്ങൾ
(ഉണരൂ പ്രഭാതമേ...)
അദ്ധ്വാന വർഗത്തിൻ മോചനം നേടുവാൻ
മേധാവി വർഗം തകർത്തു മുന്നേറാൻ
പുതിയൊരു പാതയൊരുക്കി മുന്നേറൂ
യുവശക്തി ഗായകരെ...
നാളത്തെ വിപ്ലവഗായകരെ....
(ഉണരൂ പ്രഭാതമേ...)

•

നാടകം : ആ നാദം നിലച്ചപ്പോൾ
അവതരണം : ത്രീ വീൽ കലാസമിതി, പള്ളൂർ
തീയതി : 1-5-1983
സംഗീതം : കെ.സി. ഇടച്ചേരി

ഇരുപത്തിമൂന്ന്

പാദസരങ്ങൾ കിലുക്കി ഞാനൊരു
ഗാനം പാടട്ടെ-എൻ
മാനസ വീണാ തന്ത്രികൾ മീട്ടി
രാഗമുതിർക്കട്ടെ-ഞാൻ
ഗാനം പാടട്ടെ-ഞാൻ ഗാനം പാടട്ടെ

ശോകമയമെൻ ജീവസരിത്തിലെ
പ്രേമപല്ലവി പാടട്ടെ-ഞാൻ
ഗാനം പാടട്ടെ-ഞാൻ ഗാനം പാടട്ടെ

കാലമാം കദനക്കടലിൽ ഞാനെൻ
സ്വപ്നവിപഞ്ചിക തുഴയട്ടെ - ഞാൻ
സ്വപ്നവിപഞ്ചിക തുഴയട്ടെ
(പാദസരങ്ങൾ...)

മോഹങ്ങളണിയും മലർവാടി തന്നിൽ
മോഹസൂനങ്ങൾ തളിരിടുമോ
മോഹസൂനങ്ങൾ തളിരിടുമോ
വേദന വിങ്ങും കരളിൽ നിറയും
യാതന മാറീടുമോ... എന്റെ
മോഹങ്ങൾ പൂ ചൂടുമോ-എന്റെ
മോഹങ്ങൾ പൂ ചൂടുമോ...
(പാദസരങ്ങൾ...)

•

നാടകം : ആ നാദം നിലച്ചപ്പോൾ
അവതരണം : ത്രീ വീൽ കലാസമിതി, പള്ളൂർ
തീയതി : 1-5-1983
സംഗീതം : കെ.സി. ഇടച്ചേരി

ഇരുപത്തിനാല്

കാലം നിൻ ജീവിതപ്പാതയിൽ രചിച്ച
ക്രൂരവിനോദങ്ങൾ അയവിറക്കി
ഇവിടുത്തെ നീതിയിൽ നീറി ദഹിക്കുന്ന
ജീവിക്കും ശവമാണീ രക്തസാക്ഷി-
ജീവിക്കും ശവമാണീ രക്തസാക്ഷി-
അധികാരമത്താൽ പുളച്ചുമദിക്കാൻ
പണമാണിന്നാരാധ്യ വസ്തു നാട്ടിൽ
ഇവിടുത്തെ ബൂർഷ്വാവ്യവസ്ഥയിൻ കീഴിൽ
സത്യവും ധർമവും പാഴ്‌വേല മാത്രം
സത്യവും ധർമവും പാഴ്‌വേല മാത്രം
(കാലം നിൻ...)

കള്ളത്തരങ്ങൾ ചമച്ചൊരു ക്രൂരത
കാട്ടിക്കൂട്ടിയ ചതിയിൽ വീണൊരു
നിന്റെ കുടുംബം തകർത്തൊരുനിയതി
തുടച്ചു മാറ്റാൻ ഉണരുക നമ്മൾ
തുടച്ചു മാറ്റാൻ ഉണരുക നമ്മൾ
(കാലം നിൻ...)

•

നാടകം : ആ നാദം നിലച്ചപ്പോൾ
അവതരണം : ത്രീ വീൽ കലാസമിതി, പള്ളൂർ
തീയതി : 1-5-1983
സംഗീതം : കെ.സി. ഇടച്ചേരി

ഇരുപത്തിഅഞ്ച്

കഞ്ചാവ് വലിച്ചപ്പം പിള്ളക്കൊരാശ
അമ്മിണിക്കുട്ടിയെ കാണാൻ
തലക്കൊരു കറക്കം നാവിന്നൊരിറക്കം
തൊണ്ടക്ക് വരൾച്ച എപ്പപ്പാ...
കഞ്ചാവ് ലഹരി സ്വർല്ലോകം കാണും
പാതാളവും കാണും
ഭൂലോകം തിരിയും ആകാശം ചുറ്റും
പാതാളം പൊന്തിവരും
(കഞ്ചാവ്...)
കഞ്ചാവിൻ ലഹരി ആഗോളലഹരി
ആണും പെണ്ണും തിരിയാത്ത ലഹരി
കരഞ്ഞവൻ കരയും ചിരിച്ചവൻ ചിരിക്കും
മിണ്ടാട്ടമില്ലാത്തോൻ മിണ്ടൂല്ല....
(കഞ്ചാവ്...)

•

നാടകം	: ആ നാദം നിലച്ചപ്പോൾ
അവതരണം	: ത്രീ വീൽ കലാസമിതി, പള്ളൂർ
തീയതി	: 1-5-1983
സംഗീതം	: കെ.സി. ഇടച്ചേരി

ഇരുപത്തിയാറ്

കാലത്തിൻ കുളമ്പടിയൊച്ചയാൽ
കാതിൽ മുഴങ്ങുന്ന തേരൊലിയാൽ
സ്വാതന്ത്ര്യ ധ്വംസകരെ വരുന്നൂ
യുവചേതന തൻ പുതിയ ശക്തി...
(കാലത്തിൻ...)
ഭാരതമണ്ണിനെയടിയറ വെക്കും
സാമ്രാജ്യത്തിൻ വൈതാളികരെ
വർഗീയത്തിൻ വിത്തു വിതക്കും
നീരാളികളെ നിങ്ങൾക്കെതിരായ്
വളരുന്നുണ്ടൊരു വിപ്ലവശക്തി
നീളെപ്പടരും യുവജനശക്തി
(കാലത്തിൻ...)
വരുന്നൂ നിങ്ങൾ തൻ ശവക്കല്ലറ
തീർക്കാൻ
വരുന്നൂ നിങ്ങൾ തൻ അസ്ഥിമാടങ്ങൾ
തീർക്കാൻ
വരുന്നൂ പുതിയൊരു കാഹളമൂതി
നവഭാരത വിമോചനശക്തി....
(കാലത്തിൻ...)

•

നാടകം : അകലം
അവതരണം : നളന്ദകലാകേന്ദ്രം-കാരാൽതെരു
തീയതി : 13.4.1984
സംഗീതം : രാജൻ പുന്നോൽ

ഇരുപത്തിയേഴ്

പ്രേമപല്ലവി പൂത്തുലയുമ്പോൾ
രാഗവല്ലരി പൂവണിയുമ്പോൾ
എന്റെ മനസ്സിൽ തിരതല്ലുന്നൊരു
രാഗോത്സവത്തിൻ തേരൊലികൾ (2)
പവിഴമല്ലിക്കാടുകളിൽ
പതിയിരിക്കും പൂങ്കുയിലെ നീ
പറഞ്ഞുതരാമോ എന്റെ മനസ്സിൽ
പതഞ്ഞുപൊങ്ങും ദാഹങ്ങൾ
നിറഞ്ഞു നിൽക്കും മോഹങ്ങൾ
(പ്രേമപല്ലവി...)
സിന്ദൂരസന്ധ്യചാർത്തിവിളങ്ങും
സൗന്ദര്യദേവതയല്ലോ നീ
നിന്റെ രാഗകല്ലോലിനിയിൽ
എന്നിലെ ചേതന മയങ്ങട്ടെ
എന്നിലെ ഭാവന വിടരട്ടെ...
(പ്രേമപല്ലവി...)

•

നാടകം : അകലം
അവതരണം : നളന്ദകലാകേന്ദ്രം-കാരാൽതെരു
തീയതി : 13.4.1984
സംഗീതം : രാജൻ പുന്നോൽ

ഇരുപത്തിയെട്ട്

കഞ്ചാവ് വലിച്ചാൽ ഞരമ്പാകെ തളരും
കരളാകെ നല്ല കുളിരായ് തീരും
തലക്കൊരു കറക്കം, നാവിന്നൊരിറക്കം
തൊണ്ടക്കു വരൾച്ച ഹപ്പപ്പാ...
(കഞ്ചാവ്...)

കഞ്ചാവിൻ ലഹരി സ്വർല്ലോകം കാണും
പാതാളവു കാണും
ഭൂലോകം തിരിയും ആകാശം ചുറ്റും
പാതാളം പന്തുപോൽ പൊന്തിവരും
(കഞ്ചാവ്...)

കഞ്ചാവിൻ ലഹരി ആഗോളലഹരി...
ആണും പെണ്ണും തിരിയാത്ത ലഹരി
കരഞ്ഞവൻ കരയും ചിരിച്ചവൻ ചിരിക്കും
മിണ്ടാട്ടമില്ലാത്തോൻ മിണ്ടൂല...
(കഞ്ചാവ്...)

•

നാടകം : അകലം
അവതരണം : നളന്ദകലാകേന്ദ്രം-കാരാൽതെരു
തീയതി : 13.4.1984
സംഗീതം : രാജൻ പുന്നോൽ

ഇരുപത്തിയൊൻപത്

പാപത്തിൻ കനി വഴിയൊരുക്കിയ
പാത നാളെ മുൾവഴിയാകും
പാപമാമൊരു ചിത്രശലഭത്തെ
പാഴ്മണ്ണിൽ ഞെരിച്ച പാതകി നീ
പാഴ്മണ്ണിൽ ഞെരിച്ച പാതകി നീ
പേടമാനാം പെൺകൊടി നിന്റെ
പേക്കിനാവായ് നിന്നിൽ വിരിയും
ആയിരം യാമങ്ങൾ ആർത്തിരമ്പുംപോൽ
ആടിയുലയും നിൻ നിഴൽ പോലും
ആടിയുലയും നിൻ നിഴൽ പോലും
(പാപത്തിൻ...)

•

നാടകം : അകലം
അവതരണം : നളന്ദകലാകേന്ദ്രം-കാരാൽതെരു
തീയതി : 13.4.1984
സംഗീതം : രാജൻ പുന്നോൽ

മുപ്പത്

കരിവളച്ചാർത്തിൻ മണികൾ കിലുങ്ങും
കൈകളാൽ കറ്റകൾ കൊയ്യുമ്പോൾ
മലനാട്ടിൻ മേട്ടിലെ....
മൈലാഞ്ചിക്കാട്ടിലെ....
മലർമണം വീശുന്ന കാറ്റേ വാ....
മലർമണം വീശുന്ന കാറ്റേ വാ....
(കരിവളച്ചാർത്തിൻ...)
പച്ചപിടിച്ചൊരു പാടത്തും....
പച്ചിലക്കാട്ടിലെ മേട്ടിലും
പാദസരങ്ങൾ കിലുങ്ങും പെണ്ണാൾ
പാടുപെടുന്നൊരു പാവങ്ങൾ
(കരിവളച്ചാർത്തിൻ...)
മേലാളർ മേടയിൽ വാഴുന്നു
പാവങ്ങൾ ചെറ്റയിൽ കൂടുന്നു
അദ്ധ്വാനം മെച്ചമായ് കിട്ടുന്നു
പട്ടിണി നാൾക്കുനാൾ ഏറുന്നു.
(കരിവളച്ചാർത്തിൻ...)

•

ഏകാങ്കനാടകം : പ്രഭാതം തേടുന്നവർ
പാടിയത് : കെ. രാഘവൻ, കാരാൽതെരു

മുപ്പത്തിയൊന്ന്

കാലത്തിൻ താളുകൾ താനെ മറയുന്നു
മോഹത്തിൻ പൂവുകൾ താനെ കൊഴിയുന്നു
നാടിന്റെ ശാപമാണിന്നത്തെ നീതികൾ
നീറി ദഹിക്കട്ടെയഗ്നി ഗോളങ്ങളാൽ
മാനുഷ്യമൂല്യങ്ങൾ ഹോമിക്കും തടവറ
മാനുഷർ നിർമിച്ച കാരാഗൃഹങ്ങളും
അപരാധം ചെയ്യാതെയണിയിക്കും ചങ്ങല
ഉരുകട്ടെ, പൊട്ടട്ടെ യുവധാര ശക്തിയാൽ
•

ഏകാങ്കനാടകം : പ്രഭാതം തേടുന്നവർ
പാടിയത് : കെ. രാഘവൻ, കാരാൽതെരു

മുപ്പത്തിരണ്ട്

കാട്ടാള നിയമങ്ങൾ കാടത്തനീതികൾ
നാട്ടിൽ പടരുന്നൊരേകാധിപത്യം
കാറ്റിൽ പറത്താനണിചേരൂ നമ്മൾ
നാടിന്റെ മക്കളെ ധീര സഖാക്കളെ
ജന്മി മുതലാളി വാഴ്ചതൻ തേരോട്ടം
വർണമേധാവിത്വ നീതിശാസ്ത്രങ്ങളും
മണ്ണിൽ കുഴിച്ചു മൂടാനായി നമ്മൾ
ഒന്നിക്കൂ സോദരാ പുത്തൻ പുലരിക്കായ്
കാട്ടാള നിയമങ്ങൾ കാടത്തനീതികൾ
നാട്ടിൽ പടരുന്നൊരേകാധിപത്യം
കാറ്റിൽ പറത്താനണിചേരൂ നമ്മൾ
നാടിന്റെ മക്കളെ ധീരസഖാക്കളെ
•

ഏകാങ്കനാടകം : പ്രഭാതം തേടുന്നവർ
പാടിയത് : കെ. രാഘവൻ, കാരാൽതെരു

മുപ്പത്തിമൂന്ന്

മഞ്ഞണിയും മാമലയിൽ
മണ്ണുവെട്ടും കൈകളല്ലോ
ചെമ്മുകിലിൻ താഴ്വരയിൽ
കന്നുപൂട്ടും കൈകളല്ലോ
നാളെ നമ്മുടെ ഭാരതത്തിൻ
വിപ്ലവത്തിൻ ശക്തികൾ
നാളെ നമ്മുടെ നാടിതിന്റെ
മോചനത്തിൻ ശക്തികൾ
കുഞ്ഞലകൾ തെന്നിമാറും
പൊൻവയലിന്നോലകളിൽ
കൊയ്ത്തരിവാൾ കൈകളല്ലോ
കറ്റകൊയ്യും കൈകളല്ലോ
(നാളെ നമ്മുടെ...)
മില്ലുകളിൽ തോട്ടങ്ങളിൽ
പണിയെടുക്കും കൈകളല്ലോ
പട്ടിണിതൻ പട്ടടയിൽ
ചുട്ടുനീറും മർത്ത്യരല്ലോ
(നാളെ നമ്മുടെ...)
കാരിരുമ്പിൻ ഭാരം പേറും
കൂരകളിൽ ജീവൻ തേടും
മർദ്ദിതരേ ചൂഷിതരേ
നിങ്ങളാണ് ശക്തികൾ
(നാളെ നമ്മുടെ...)

•

നാടകം	: ജ്വലനം
തിയ്യതി	: 17-2-1985
സംഗീതം	: സി.കെ. സുരേന്ദ്രൻ

മുപ്പത്തിനാല്

ഹേപ്പി... ഹേപ്പി... ഹേപ്പി... ഹേപ്പി
അമ്മതൻ പിറന്നാൾ അമ്പതാം പിറന്നാൾ
നമ്മൾതൻ കുടുംബത്തിൻ ഉത്സവ പിറന്നാൾ
ഞങ്ങൾ തൻ കാലുകൾ പിച്ച വെപ്പിച്ച
ഞങ്ങൾ തൻ മോഹങ്ങൾ പൂവണിയിച്ച
ഞങ്ങൾക്കിന്നെല്ലാമീയമ്മ മാത്രം
ഞങ്ങളെപ്പോറ്റിയ സ്നേഹദീപം
അമ്മതൻ പിറന്നാൾ....
(ഹേപ്പി... ഹേപ്പി...)
പാട്ടുകൾ പാടി കഥ പറഞ്ഞും
തൊട്ടിലിലാട്ടിയുറക്കീയമ്മ
പട്ടിണികൂടാതെ പോറ്റിയൊരമ്മ
വീട്ടിൽ വിളക്കായ് വിളങ്ങുമമ്മ
അമ്മതൻ പിറന്നാൾ....
(ഹേപ്പി... ഹേപ്പി...)
അച്ഛനില്ലാ ദുഃഖം മാറ്റിയമ്മ
മെച്ചമോടെന്നും പരിരക്ഷിച്ചു
ഞങ്ങൾ തരുന്നിതാ മംഗളാശംസ
ഞങ്ങൾ നേരുന്നമ്മക്കായുരാരോഗ്യം
അമ്മതൻ പിറന്നാൾ.....
(ഹേപ്പി... ഹേപ്പി...)

•

നാടകം : ജ്വലനം
തിയ്യതി : 17-2-1985
സംഗീതം : സി.കെ. സുരേന്ദ്രൻ

മുപ്പത്തിയഞ്ച്

നീല നിശീഥിനി നീരാട്ടിനിറങ്ങിയ
നീല സരോവര തീരത്തിലന്ന്
നീരാട്ടുകാണാനിറങ്ങി വന്നൊരു
നീല നിലാവൊളി കൂട്ടിരുന്നു
　　　　രാഗമനോഹരി ദേവതയാം നീ
　　　　രാഗവിലോല രാധികയാം നീ
　　　　എന്റെ മനോമണി തേരിലേറി
　　　　നിന്റെ ചേതോഹര മേനി പടർന്നു
(നീലനിശീഥിനി...)

അനുരാഗവല്ലരി സ്വപ്നം വിടർത്തിയ
മധുരാനുരാഗ കനി നുകരാനായ്
മധുവായ നീയും സുമമായ ഞാനും
മദിരോത്സവത്തിൽ നീരാടി നിന്നു
(നീലനിശീഥിനി...)

ചന്ദനശീതള കുളിർകാറ്റിതേറ്റും
മന്ദമായൊഴുകും നമ്മിലനുരാഗം
ജീവിത സായൂജ്യ കതിർമണ്ഡപത്തിൽ
ജീവന്റെ ജീവനായ് നമ്മൾ ചേരും
(നീലനിശീഥിനി...)

വഴിയറിയാതെ വലയുന്ന നീയിന്ന്
വഴിയാധാരമായ് തീർന്നല്ലോ-
നീയൊരു ദുഃഖത്തിൻ ബിന്ദുവായ്
തീർന്നല്ലോ...

•

നാടകം　: ജ്വലനം
തിയ്യതി　: 17-2-1985
സംഗീതം　: സി.കെ. സുരേന്ദ്രൻ

മുപ്പത്തിയാറ്

നാളത്തെ നാടിന്റെ മോചനപ്പാതയിൽ
നീളെയണിചേരൂ ധീര സഖാക്കളെ
വർഗസമരത്തിൻ പ്രത്യയശാസ്ത്രമാ-
ണിന്നു നമുക്കുള്ളൊരാധാര സൂക്തം
നാളത്തെ.....
ജന്മിത്വ വാഴ്ചതൻ വേരറുത്തീടുവാൻ
വർഗീയ ഭ്രാന്തിനെ തൂത്തെറിഞ്ഞീടുവാൻ
ജാതിമതത്തിന്നതീതമാം പുത്തൻ
ഭാരതനാടിന്റെ മുക്തിതൻ പാതയിൽ
നാളത്തെ....
പുന്നെൽ വയലിന്റെ പുന്നാര മക്കളെ
പൊന്നരിവാളിൻ തഴമ്പുറ്റ കൈകളെ
തൂമണി വേർപ്പിനാൽ മുത്തണിയിച്ചൊരു
തുമ്പത്തഴമ്പിൻ കരുത്തുറ്റ കൈകളെ
നാളത്തെ....
ഒന്നിച്ചണിചേരൂ നാടിന്റെ ധീരരെ.....
വർദ്ധിതവർഗമോ ചൂഷിതവർഗമോ....
നമ്മൾ തൻ പിൻമുറ ത്യാഗം വരിച്ചൊരു
കർമങ്ങളെന്നും സ്മരിച്ചു മുന്നേറുക
നാളത്തെ....

•

നാടകം : മൃത്യുഞ്ജയം
തിയ്യതി : 23-2-1985
അവതരണം : സൗഹാർദ്ദ തീയേറ്റർസ്, മാടപ്പീടിക
സംഗീതം : രാജൻ മാസ്റ്റർ, പുന്നോൽ

മുപ്പത്തിയേഴ്

കൈതപ്പൂങ്കാറ്റിളകും
കാട്ടാറിൻ കരയിലിരുന്ന്
കരളാകെ കുളിർകോരും
ശ്രുതി പാടി വന്നൊരു പെണ്ണെവിടെ-
എന്റെ കരളിലുറങ്ങിയൊരഴകെവിടെ...
ഓമൽക്കിനാക്കളെ താലോലിക്കാനായ്
ഓടിച്ചെന്നെത്തും ഓണനിലാവിൽ
ഓളങ്ങളുരുമ്മും തീരത്തിലിരുന്ന്
ഓടക്കുഴൽ വിളിച്ചന്നുപാടി-നമ്മൾ
ഓമൽക്കിളികളായന്നു പാടി
(കൈതപ്പൂ...)

രാവു പൊഴിയുമ്പോൾ
രാപ്പാടി പാടുമ്പോൾ
രാഗാനുരക്തയായ് നീ മൊഴിഞ്ഞു
ആരാലും നമ്മെ പിരിക്കാതിനിമേലിൽ
ആകാത്തവണ്ണം നാമൊന്നുചേർന്നു-
നമ്മൾ
അനുരാഗച്ചെപ്പിലലിഞ്ഞു ചേർന്നു...
(കൈതപ്പൂ...)

•

നാടകം : മൃത്യുഞ്ജയം
തിയ്യതി : 23-2-1985
അവതരണം : സൗഹാർദ്ദ തീയേറ്റർസ്, മാടപ്പീടിക
സംഗീതം : രാജൻ മാസ്റ്റർ, പുന്നോൽ

മുപ്പത്തിയെട്ട്

ജീവിതനദിയിൽ കാറ്റും കോളും
ജീവാത്മാവിൽ വിലങ്ങു വീണു
ആയിരം സൂനങ്ങൾ ആർത്തുചിരിച്ച
ആരാമമിന്നൊരു മരുഭൂമിയായ്
ആയിരം രാവുകൾ ആണ്ടിറങ്ങിപ്പോയ്
ആരോരുമില്ലാതീ തടവറയിൽ
(ജീവിതനദിയിൽ...)

ക്രൂരമാം ലോകത്തിൻ ശരശയ്യതന്നിൽ
ക്രൂശിക്കപ്പെട്ടൊരു ജീവിതസത്യം
മൂകമായ് തേങ്ങും മോഹസ്വപ്നങ്ങൾക്ക്
മോചനമില്ലിനി മരണം മാത്രം
(ജീവിതനദിയിൽ...)

•

നാടകം	: മൃത്യുഞ്ജയം
തിയ്യതി	: 23-2-1985
അവതരണം	: സൗഹാർദ്ദ തീയേറ്റർസ്, മാടപ്പീടിക
സംഗീതം	: രാജൻ മാസ്റ്റർ, പുന്നോൽ

മുപ്പത്തിയൊൻപത്

മനുഷ്യാ നീ ഒന്നാണ്- നിങ്ങടെ
        രക്തം ഒന്നാണ് (2)
മനുഷ്യൻ പടച്ചൊരു പടവാളാണീ
മതവും ജാതിയുമെല്ലാം
മനുഷ്യരെയൊന്നായ് കുരുതി കഴിക്കും
മതഭ്രാന്തെന്നൊരു ദുർഗ
മതഭ്രാന്തെന്നൊരു ദുർഗ
(മനുഷ്യാ...)

വർണവെറിയന്മാരീ നാടിനെ
വെട്ടിമുറിക്കാനോങ്ങും
അവരുടെ കൈകൾ കൂച്ചുവിലങ്ങാൽ
തളച്ചീടേണം നമ്മൾ
മനുഷ്യശക്തികൾ നമ്മൾ
(മനുഷ്യാ...)

ഹിന്ദുവെന്നോ... മുസ്ലീമെന്നോ
ക്രിസ്ത്യാനികളെന്നോ....
മതവും ജാതിയുമെന്തായാലും
മനുഷ്യചേതനയൊന്നാണ്-നമ്മൾ
ഭാരതമക്കൾ ഒന്നാണ്
(മനുഷ്യാ...)

•

ലഘുനാടകം : മനുഷ്യൻ

നാല്പത്

സതിമാതാ ജയ് ജയ് ജയ്
സതീദേവി....ജയ്
രജപുത്രരുടെ ദൈവീകത്തിൻ
പ്രതീകമാണീ സതിദേവി
കുലമാതാവിൻ പരിശുദ്ധത തൻ
കുല ദൈവേശ്വരി സതീദേവി...
ഓം ദേവീസതി... ഓം... ദേവീസതി
തീജ്വാലകൾ ചൂഴ്ന്നിറങ്ങിയ
ചിതയിൽ വേവുമാത്മാക്കൾ
സ്വർഗം തേടിക്കൊണ്ടുവരുന്നു
ഭൂമിയിൽ വാഴും ഭക്തർക്കായ്
സതിമാതാ ജയ് ജയ് ജയ്
സതീദേവി.... ജയ്...

•

ലഘുനാടകം : സതി (രൂപ്കൻവർ)
തിയ്യതി : 13-04-1989

നാല്പത്തിയൊന്ന്

കാലത്തിൻ വിളി കേൾപ്പൂ നിങ്ങൾ
കാഹളമോതാൻ വരൂ നിങ്ങൾ
നാടിൻ മോചന ഗാഥകൾ പാടാൻ
നാട്ടിൽ പുളകം കണികാണാൻ (2)

പുതിയൊരു പാത തെളിക്കാനായ്
പുതിയ ചേതന വിടരാനായ്
മാനവശക്തികളെ സംഘം ചേരൂ
ചേതന വിടരും ശക്തികളെ

(കാലത്തിൻ വിളി...)

ആളിപ്പടരൂ ആയിരമായിരം
ആത്മാക്കളിൽ നിന്നുയരുന്ന
മോചന വിപ്ലവഗാന നിർദ്ധരി
മാനവമുക്തിതൻ ഗീതങ്ങൾ

(കാലത്തിൻ വിളി...)

•

ലഘുനാടകം : സംഘം ചേരുക
തിയ്യതി : 13-04-1989
അവതരണം : നളന്ദകലാകേന്ദ്രം, കാരാൽതെരു
സംഗീതം : സി.കെ. സുരേന്ദ്രൻ

നാല്പത്തിരണ്ട്

അല്ലിമുളം കാട്ടിലെ മുത്തുമണി പെണ്ണെ
ചില്ലിമുളം കാവിൽ നീയൂഞ്ഞാലാടൂ
മുത്തുക്കുട ചൂടി നിൽക്കും
മുത്തണികുന്നുകളെ
മുത്തമിട്ട് പാഞ്ഞൊഴുകും
തേനരുവിപ്പാടത്ത്
നീ വരുമോ ഈ പുഞ്ചക്കൊയ്ത്തിന്
നാടിന്റെ കന്നിക്കൊയ്ത്തിന്
(അല്ലിമുളം...)
വയനാടൻ മഞ്ഞണിഞ്ഞ
വയലോരക്കാടുകളിൽ
വയലേല തുയിലുണർത്തും
പുന്നാരപ്പാട്ടുപാടി
നീ വരുമോ...
പഞ്ചവർണപൈങ്കിളിയെ
കാടിന്റെ കൺമണിയേ
നെഞ്ചിൽ ഞാൻ നിനക്കുവേണ്ടി
കൂടൊരുക്കി കാത്തിരിക്കാം
നീ വരുമോ...
മന്ദാരക്കാട്ടിലെമണിമുത്തുവീട്ടിലാ
സിന്ദൂരസന്ധ്യയിൽ നീ വരുമോ
(അല്ലിമുളം...)

•

ലഘുനാടകം : സംഘം ചേരുക
തിയ്യതി : 13-04-1989
അവതരണം : നളന്ദകലാകേന്ദ്രം, കാരാൽതെരു
സംഗീതം : സി.കെ. സുരേന്ദ്രൻ

നാല്പത്തിമൂന്ന്

തിരുനെല്ലി വാഴും വിഷ്ണുഭഗവാൻ
തിരുവിളയാടി കണി കാണണം
അടിയാളർക്കെന്നും തുണയാകണം
പണിയാളർ ഞങ്ങടെ കുലതേവരോ...(2)
വള്ളിയൂർ കാവിൽ പഗോതിയമ്മ
വയനാടൻ മക്കടെ പരതേവതാ
വനതേവതമാർ ഞങ്ങക്ക് തൈവം
മലതേവതമാർ ഞങ്ങക്ക് രച്ച
(തിരുനെല്ലി വാഴും...)

ഗ്രാമീണ ശീലുകൾ
പുന്നാര തത്ത പാടുംപാട്ട്
പൊന്നോണനാളിന്റെ കൊയ്ത്തുപാട്ട് (2)
വയലേലചുറ്റിപ്പിണയുന്നൊരാറ്
വെള്ളരഞ്ഞാണം ചുറ്റിയപോലെ (2)
ചന്ദനക്കാറ്റിൽ കുടമുല്ലപ്പൂവിൽ
നറുമണം പൂശും രാവിന്റെ മടിയിൽ
പുന്നാരതത്തപാടുംപാട്ട്
പൊന്നോണനാളിന്റെ കൊയ്ത്തുപാട്ട്

•

നാടകം	: സംഘം ചേരുക
തിയ്യതി	: 13-04-1989
അവതരണം	: നളന്ദകലാകേന്ദ്രം, കാരാൽതെരു
സംഗീതം	: സി.കെ. സുരേന്ദ്രൻ

നാല്പത്തിനാല്

കരയുവാനിനി കണ്ണുനീരില്ല
കരൾ കത്തിയെരിയുന്ന വേദനയിൽ
കാലത്തിൻ ചിറകുകൾ കാറ്റേറ്റുവീണു
കരകാണാകയത്തിൽ ഞാൻ കാലിടറി
(കരയുവാ...)
മനുഷ്യൻ ഒരു വഴി തേടിയലയുമ്പോൾ
ദൈവം മറുവഴി കാട്ടീടുന്നു
ജീവിതമെന്നത് കൈവഴിയായി
പലവഴി തേടിയൊഴുകീടുന്നു.
(കരയുവാ...)
കടലിലെ ഓളങ്ങൾ തലതല്ലികരയുന്നു
കരയോ തന്നിലതേറ്റു വാങ്ങുന്നു
എന്റെ ദുഃഖ സത്യങ്ങളൊന്നായ്
ഞാൻ തന്നെയിന്നിവയേറ്റുവാങ്ങുന്നു
(കരയുവാ...)

•

നാടകം	: സംഘം ചേരുക
തിയ്യതി	: 13-04-1989
അവതരണം	: നളന്ദകലാകേന്ദ്രം, കാരാൽതെരു
സംഗീതം	: സി.കെ. സുരേന്ദ്രൻ

നാല്പത്തിയഞ്ച്

തിരുനെല്ലി വാഴും വിഷ്ണുഭഗവാൻ
തിരുവിളയാടി കണികാണണം
അടിയങ്ങൾക്കെന്നും തുണയാകണം
അനന്തശയനാ ത്രൈലോക മൂർത്തി
        തിരുവിളക്കെന്നും തിരുമുമ്പിൽ ചാർത്തി
        തിരുവിളയാട്ടം കണികാണാൻ ഞങ്ങൾ
        വഴിപാടുനേരാൻ പുലർവേളയെന്നും
        വഴിവഴിയായി കൂപ്പുന്നു മുന്നിൽ
പാപനാശിനിക്കരയിൽ വാഴും
വൈകുണ്ഠവാസാ ശ്രീ ഭഗവാനെ
അവരവരറിയാ പാപങ്ങൾക്കെന്നും
അവിടുന്നു മോക്ഷം നൽകീടണേ
        പാലാഴിയാകും പൂമെത്തതന്നിൽ
        നാഗപടത്തിൻ കീഴിലായെന്നും
        വാണരുളുന്നു ശ്രീ മഹാദേവാ
        ശ്രീലക്ഷ്മി കാന്താ കുമ്പിടുന്നേൻ
(തിരുനെല്ലി...)

•

നാല്പത്തിയാറ്

മാതളപ്പൂ മണമുറങ്ങും
പാലപൂക്കും കാവിന്ന്
പാലൊളിപ്പൂമ്പട്ടണിഞ്ഞ രജനി വന്നു
അവൾ നാണം കുണുങ്ങി നിന്നു
　　മാരിവിൽ മണിപ്പന്തൽ
　　ഒരുക്കി വെച്ചീ രാവിലിന്ന്
　　മാരനാകും ചൈത്രമാസ-
　　　　　　പൗർണമി വന്നു
　　അവൻ കടക്കണ്ണൊന്നെറിഞ്ഞുനിന്നു
(മാതളപ്പൂ...)

നീലവിണ്ണിൻ താരകങ്ങൾ
മാലചാർത്തിയവർക്കായി
തോരണങ്ങൾ തൂക്കി നീളെ-യണിനിരന്നു
അവൻ ചിരി തൂകി നിന്നു
　　വെള്ളിമേഘം നെയ്തെടുത്ത
　　വെൺപുടവ ഞൊറിഞ്ഞുടുത്തു
　　മിന്നുമാല തീർത്തെടുത്തു
　　മിന്നൽ പിണരിൻ പൊന്നഴക്
(മാതളപ്പൂ...)

താലമേന്തി താരകന്യകൾ
നാദമൂതാൻ മണിത്തെന്നൽ
വാദ്യമേളമൊരുക്കി വെച്ചു
വിണ്ണിലലയും വെൺമുകില്
(മാതളപ്പൂ...)

•

നാല്പത്തിയേഴ്

രക്തസാക്ഷികളെ, നിങ്ങൾ ചിന്തിയ
രക്തവർണ പൂവുകളെ
ഞങ്ങളിലിന്നും ആവേശത്തിൻ
ആരവമൊന്നായുയരുന്നു. ആരവ....
(രക്തസാ...)
പ്രകാശകിരണം മാടിവിളിക്കും
പ്രഭാപൂരമൊരു ലോകം
പ്രതീക്ഷയെന്നും പൂവണിയിക്കും
പ്രദോഷസന്ധ്യകൾ വിരിയട്ടെ
(രക്തസാ...)
കറുത്തകയ്യിൽ നിഴലുകൾ നീളും
സ്വതന്ത്രനാടിൻ വിരിമാറിൽ
അറുത്തുമാറ്റാനുണരൂ നമ്മൾ
അടർക്കളത്തിലണിചേരൂ
(രക്തസാ...)
മർദ്ദിതർ ചോരയിലെഴുതിയ സൂക്ത
മന്ത്രധ്വനികൾ മുഴങ്ങട്ടെ
അവന്റെ ജീവൻ പന്താടാനൊരു
മനുഷ്യലോകം വിരിയട്ടെ
(രക്തസാ...)

•

നാടകം	: സൂര്യോത്സവം (കുരുക്ഷേത്രം)
അവതരണം	: നളന്ദകലാകേന്ദ്രം
സംഗീതം	: ബാലരാജ് പള്ളൂർ
പാടിയത്	: കെ. രാഘവൻ, വിനീത

നാല്പത്തിയെട്ട്

ചന്ദനക്കാറ്റിൽ കുടമുല്ലപ്പൂവിൻ
നറുമണം പൊഴിയും രാവിന്റെ മാറിൽ
കരളിലെ കനിയേ പരിമൃദുകരളേ
അണയൂ നീയെൻ കരളിലെ കൂട്ടിൽ
(ചന്ദനക്കാറ്റിൽ...)
എന്നിലെ മോഹങ്ങൾ പൂത്തുലയാനായ്
മന്നിലെ ദേവതേ നീയണയൂല്ലേ
വിണ്ണിലെ താരകൾ തോൽക്കും നിന്നൊളി
എന്റെ മനസ്സിൽ സരസ്സിൽ വിരിയൂ
(ചന്ദനക്കാറ്റിൽ...)
കളിവഞ്ചി തുഴയും കളിവാക്ക് മൊഴിയും
കളഭപ്പൂമേനി നീയെന്റെ കിളിയേ
പ്രണയത്തിൻ കഥകൾ പറയാൻ വരു നീ
കദളീവനത്തോപ്പിലിന്നെന്റെ കരളേ
(ചന്ദനക്കാറ്റിൽ...)

•

നാടകം : സൂര്യോത്സവം (കുരുക്ഷേത്രം)
അവതരണം : നളന്ദകലാകേന്ദ്രം
സംഗീതം : ബാലരാജ് പള്ളൂർ, ചാലിൽജോസ്, ജെറി
പാടിയത് : കെ. രാഘവൻ,

നാല്പത്തിയൊൻപത്

കാരിരുമ്പ് ചുട്ടെടുക്കും കൈകളെ
ചേറണിഞ്ഞ വയലുഴുതും കൈകളെ
കാടുവെട്ടി നാടൊരുക്കും കൈകളെ
പാതവെട്ടി വേർപ്പണിയും കൈകളെ
    നിങ്ങളാണ് നാളെയുടെ ശില്പികൾ
    നവഭാരതത്തിൻ ശില്പികൾ
        (കാരിരുമ്പ്...)
കൊയ്ത്തരിവാൾ കയ്യിലേന്തും മക്കളെ
കൊയ്തുകൂട്ടാൻ നിലമൊരുക്കും മക്കളെ
മേടുവെട്ടി മണ്ണു നീക്കും കൂട്ടരെ
വർഗസമര ഗാഥ പാടും കൂട്ടരെ
    നിങ്ങളാണ് നാളെയുടെ ശില്പികൾ
    നവഭാരതത്തിൻ ശില്പികൾ
        (കാരിരുമ്പ്...)
പതിതരുടെ പടയണിയിൽ ചേരുക
പതറിടാതെ മുന്നിൽ മുന്നിൽ കേറുക
നിണമൊഴുക്കി കോർത്തെടുത്തൊരാശയം
അണമുറിയാതൊഴുകീടട്ടെ നാടിതിൽ
    നിങ്ങളാണ് നാളെയുടെ ശില്പികൾ
    നവഭാരതത്തിൻ ശില്പികൾ
        (കാരിരുമ്പ്...)

•

നാടകം	: സൂര്യോത്സവം (കുരുക്ഷേത്രം)
അവതരണം	: നളന്ദകലാകേന്ദ്രം
സംഗീതം	: ബാലരാജ് പള്ളൂർ, ചാലിൽജോസ്
പാടിയത്	: കെ. രാഘവൻ, വിനീത

അമ്പത്

രാക്കാറ്റു മൂളി യാമങ്ങൾ നീങ്ങി
രാവിന്റെ മടിയിൽ സ്വപ്നം കരിഞ്ഞു
പിന്നിട്ട കാലത്തെ മോഹങ്ങൾ എല്ലാം
പാടെ തകർന്നു ചിറകറ്റു വീണു....
(രാക്കാറ്റു...)
ആഴക്കടലിന്നലമാല മേലെ
ആടിക്കളിച്ച നിമിഷങ്ങളൊന്നിൽ
ആരോരുമറിയാതെയർപ്പിച്ചു നിന്നെ
ആദ്യത്തെ പാപത്തെയേറ്റിങ്ങുവാങ്ങി
(രാക്കാറ്റു...)
കരളിന്റെ കോണിൽ കുടികൊണ്ട നിന്റെ
കരളിനെ രക്ഷിക്കാനായിത്തിരിച്ച
നീചെന്നു വീണ പിടഞ്ഞ തീ നാളം
നീതിക്കുനേരെ വിരൽചൂണ്ടുമസ്ത്രം
(രാക്കാറ്റു...)

•

നാടകം : സൂര്യോത്സവം (കുരുക്ഷേത്രം)
അവതരണം : നളന്ദകലാകേന്ദ്രം
സംഗീതം : ബാലരാജ് പള്ളൂർ
പാടിയത് : വിനീത

ഏകാങ്കനാടകം

മനുഷ്യൻ

രംഗത്ത് ഇടത്തരം വായനശാലയുടെ സൗകര്യമുള്ള ഒരു മുറി. മേശമേൽ ആനുകാലികപ്രസിദ്ധീകരണങ്ങളും വർത്തമാന പത്രങ്ങളും കാണാം. ഭാസ്കരൻ (30 വയസ്സ് പ്രായം വരുന്ന ഒരു പൊതു പ്രവർത്തകൻ) വായനശാലയിലേക്ക് വരുന്നവഴി എതിരെ വരുന്ന പത്മനാഭൻ നായർ (45 വയസ്, നെറ്റിയിൽ ഗോപിക്കുറി, ജുബ്ബയും മുണ്ടും വേഷം, വേഷ്ടി, കയ്യിൽ ഒരു കുട) എന്ന ആളെ കാണുന്നു.

ഭാസ്ക്കരൻ : അല്ല പപ്പൻ നായരോ.. എവിടുന്നാ വരവ്?

പപ്പൻ നായർ : രാജധാനീന്ന്

ഭാസ്ക്കരൻ : രാജധാനീന്നോ? അതെവിടാ നായരെ?

പപ്പൻനായർ : താനറിയില്ലെ, തിരുവനന്തപുരം

ഭാസ്ക്കരൻ : ഓ, മനസ്സിലായി. കേരളത്തിന്റെ പ്രസവകേന്ദ്രം

പപ്പൻനായർ : പ്രസവകേന്ദ്രമോ. എന്താ അവിടെ പ്രസവാശുപത്രിയാണോ?

ഭാസ്ക്കരൻ : അല്ല നായരെ, കുട്ടികളെ പ്രസവിക്കലല്ല. ഉത്തരവുകൾ പിറന്നുവീഴുന്ന സ്ഥലം.

പപ്പൻ നായർ : ആള് കൊള്ളാമല്ലോ

(രണ്ടുപേരും ചിരിക്കുന്നു.)

ഭാസ്ക്കരൻ : പോയ കാര്യം പറഞ്ഞില്ലല്ലോ എന്താ അവിടെ?

പപ്പൻ നായർ : എടോ താനീ ലോകത്തൊന്നും അല്ലെ. തിരുവനന്തപുരത്ത് എന്താണെന്നു ചോദിക്കാൻ.

ഭാസ്ക്കരൻ : അതെന്താ പപ്പേട്ടാ അവിടെ വല്ല വെള്ളപ്പൊക്കവും സംഭവിച്ചോ?

പപ്പൻ നായർ : എടോ താനിതുവരെ മര്യാദ പാലിച്ചാ സംസാരിച്ചത്. ഇപ്പം മര്യാദ തെറ്റിച്ചിരിക്കുന്നു.

ഭാസ്ക്കരൻ : ഞാനോ ഞാനെന്തു പിഴച്ചു പപ്പാട്ടാ

പപ്പൻനായർ : നിനക്ക് മനസ്സിലാവില്ല. എടോ ഞാനാരാ– ഞാനാരാണ്.

ഭാസ്ക്കരൻ : പത്മനാഭൻ. വേണ്ട സാക്ഷാൽ ശ്രീ പത്മനാഭൻ.

പപ്പൻനായർ : വെറും പത്മനാഭനാണോന്നാ ചോദിച്ചത്.

ഭാസ്ക്കരൻ : അല്ല. പഠിച്ച് തൊഴിലില്ലാതെ അലയുന്ന മക്കളുടെ തന്ത *(പപ്പൻനായരുടെ മുഖം മങ്ങുന്നു.)*

പപ്പൻനായർ : അല്ലെടോ ഞാൻ വെറും പത്മനാഭൻ മാത്രമാണോന്നാ ചോദിച്ചത്.

ഭാസ്ക്കരൻ : *(അല്പസമയം ആലോചിച്ച്)* ഓ... പിടികിട്ടി. പിടികിട്ടി.

പപ്പൻനായർ : എടോ എന്ത് പിടികിട്ടീന്ന്. താൻ ഒരു പൊതു പ്രവർത്തകനും നാടു നന്നാക്കുന്നവനാണെന്നും പറഞ്ഞു നടക്കുന്നല്ലോ. വിവരമില്ലാത്ത വക *(നായർ നടക്കാനൊരുങ്ങുന്നു.)*

ഭാസ്ക്കരൻ : ക്ഷമിക്കൂ സാറെ. എനിക്ക് പിടികിട്ടിയത് ശരിയാണോ. നമുക്ക് ആ വായനശാലയിൽ ഇരുന്ന് അല്പം സംസാരിക്കാം. അതാണ് നല്ലത്.

പപ്പൻ നായർ : നാശം തുലഞ്ഞുപോട്ടെ. ആങ്ങ് എനിക്ക് അൽപം നടുവ് വേദനയും ഉണ്ട്. കുറച്ച് ഇരുന്നേക്കാം.

(രണ്ടുപേരും വായനശാലയിൽ കയറി ഇരിക്കുന്നു. ഓരോരുത്തരും പത്രങ്ങൾ എടുത്തു തിരിച്ചും മറിച്ചും നോക്കുന്നു. അല്പ സമയം കഴിഞ്ഞ്)

പപ്പൻനായർ : ഭാസ്ക്കരാ... ആ കിട്ടിയത് അഴിച്ചുവിടൂ.

ഭാസ്ക്കരൻ : ഒരു പക്ഷെ കിട്ടിയ കാര്യം ശരിയായില്ലെങ്കിൽ

പപ്പൻനായർ : എന്തുമാകട്ടെടോ. പറഞ്ഞു തൊലക്ക്.

ഭാസ്ക്കരൻ : ശരി. വെറും പപ്പനല്ല. പത്മനാഭൻ നായർ.

പപ്പൻനായർ : (സന്തോഷവും അഭിമാനവും കൊണ്ട്) ആങ്ങ് അങ്ങനെ വരട്ടെ. നീ വിവരമുള്ളവനാ. നീ മര്യാദ പാലിച്ചിരിക്കുന്നു. ഞാനൊരു നായരാണെന്ന കാര്യം.

ഭാസ്ക്കരൻ : ആങ്ങ് നായരെ രാജധാനീ പോയ കാര്യം പറഞ്ഞില്ലല്ലോ

പപ്പൻനായർ : എടോ താനിന്ന് പത്രം കണ്ടില്ലെ

ഭാസ്ക്കരൻ : കണ്ടു.

പപ്പൻനായർ : ഒരു വിശേഷവും കണ്ടില്ലേ

ഭാസ്ക്കരൻ : എല്ലാം വിശേഷങ്ങൾ തന്നെ.

പപ്പൻനായർ : എന്റെ ഭാസ്ക്കരാ. നീയീ നാട് നന്നാക്കുന്നവനാണ് പോലും. പൊതുപ്രവർത്തകനാണ് പോലും. സംഘടിക്കാൻ പറയുന്നവനാണ് പോലും. കഷ്ടം-കഷ്ടം.

ഭാസ്ക്കരൻ : എന്താ നായരെ കഷ്ടം

പപ്പൻനായർ : എടോ അവിടെ നായർ മഹാസമ്മേളനം കഴിഞ്ഞത് അറിഞ്ഞില്ലെ. ഹൊ എന്തൊരു ഉത്സവമായിരുന്നു. നിറപറ, നിലവിളക്ക്, ചെണ്ട, താലി, മാല ഹൊ... ഒന്നും പറയണ്ട.

ഭാസ്ക്കരൻ : എന്താ നായരെ താലിയോ അവിടെ കല്ല്യാണവും നടന്നിരുന്നോ

പപ്പൻനായർ : താലിയല്ലെടോ താലം, താലം

ഭാസ്ക്കരൻ : അറിഞ്ഞു. അതും ഒരു വാർത്തയായിരുന്നു.

പപ്പൻനായർ : വെറും വാർത്തയോ. തനിക്കതൊരു പൊണ്ണക്കാര്യം പോലെ.

ഭാസ്ക്കരൻ : ആട്ടെ. അതൊരു മഹാസംഭവമായി കണക്കാക്കിയെന്നുവെച്ചേ.

പപ്പൻനായർ : തന്റെ സർട്ടിഫിക്കറ്റൊന്നും വേണ്ട. അതൊരു മഹാസംഭവം തന്നെയായിരുന്നു. ശരി ഞാൻ പോകട്ടെ. അൽപം തിരക്കുണ്ട്. മക്കൾ ജോലിയപേക്ഷ പൂരിപ്പിച്ച് അയക്കാൻ കാത്തിരിക്കുന്നുണ്ടാകും. അപേക്ഷ അയക്കാനുള്ള കാശു കൊടുത്തു മടുത്തു. നാശം.

ഭാസ്ക്കരൻ : അല്പം ക്ഷമിക്കൂ നായരെ... കുറച്ചുകൂടി വർത്തമാനം പറഞ്ഞിരിക്കാം.

(ഈ സമയത്ത് ഏകദേശം 50 വയസ്സ് പ്രായം തോന്നിക്കുന്ന ദാമോദരൻ എന്ന ഈഴവൻ കയറി വരുന്നു. മുറിക്കയ്യൻ ഷർട്ടും മുണ്ടും. ചുമലിൽ തോർത്ത്.)

പപ്പൻ നായർ : ഇതാര് ദാമോദരനോ. കണ്ടിട്ട് കുറച്ചായല്ലോ. എന്തൊക്കെയുണ്ട് വിശേഷങ്ങൾ.

ദാമോദരൻ : ഓ കഷ്ടിച്ച് അങ്ങിനെ പോകുന്നു. ഒരു കാര്യത്തിന് മാത്രം മുടക്കമില്ല.

ഭാസ്ക്കരൻ : എന്ത് കാര്യത്തിന്

ദാമോദരൻ : മക്കളുടെ ജോലിക്ക് അപേക്ഷ അയക്കുന്നതിന്.

പപ്പൻനായർ : അക്കാര്യത്തിൽ നാം രണ്ട് പേരും തുല്യരാണല്ലോ ദാമു.

ഭാസ്ക്കരൻ : പിന്നെ ഏതു കാര്യത്തിലാ തുല്യരല്ലാത്തത്.

പപ്പൻ നായർ : കണ്ടോ കണ്ടോ താൻ മര്യാദ തെറ്റിക്കുന്നു. സൂക്ഷിക്കണം.

ഭാസ്ക്കരൻ : ഇയാൾ പറഞ്ഞതിന്റെ അർഥം മനസ്സിലായോ ദാമോട്ടാ. അപേക്ഷ അയക്കുന്നതിൽ തുല്യത ജാതിയിൽ നായരും ഈഴവനും. ഇയാൾക്ക് നായരേന്ന് കേട്ടില്ലെങ്കിൽ ഉറക്കം വരില്ല.

ദാമോദരൻ : പപ്പൻനായരെ, ഭാസ്ക്കരന് ഇതൊന്നും അത്ര ദഹിക്കില്ല. കാര്യവിവരം വേണ്ടെ. ഈഴവരുടെ ഒരു മഹാസമ്മേളനം നടത്തിയിരുന്നു. ഉത്സവം പോലെയാ നടത്തിയത്. എന്ത് ഗംഭീരമായിരുന്നു. ഭാസ്ക്കരന് അതൊക്കെ പുച്ഛമാ.

ഭാസ്ക്കരൻ : അപ്പോൾ ദാമോട്ടനും സാമുദായിക സംഘടന നല്ലതാണെന്നാണോ അഭിപ്രായം?

ദാമോദരൻ : തീർച്ചയായും. സംഘടിച്ചാൽ മാത്രമെ ശക്തരാവൂ. അവകാശങ്ങൾ നേടൂ എന്നൊക്കെ ഭാസ്ക്കരൻ തന്നെയല്ലെ നാടുനീളെ പ്രസംഗിക്കുന്നത്.

പപ്പൻനായർ : അങ്ങിനെ പറഞ്ഞുകൊടുക്കൂ ദാമോദരാ. പഠിക്കട്ടെ. കാര്യങ്ങൾ അവനും മനസ്സിലാക്കട്ടെ.

ഭാസ്ക്കരൻ : അല്ല നായരെ, നിങ്ങളെ പപ്പൻ എന്നു വിളിച്ചാൽ നിങ്ങളുടെ മേലുളുക്കും. നിങ്ങൾക്ക് ഇയാളെ ദാമു എന്ന് വിളിക്കാം. അല്ലെ?

പപ്പൻനായർ : ഭാസ്ക്കരാ, കളി ഒപ്പോപ്പം. ഊണ് വേറെ വേറെ. ഭാസ്ക്കരൻ ഈഴവനല്ലെ. തനിക്കെന്താ ഈഴവ സംഘടനയിൽ ചേർന്നാൽ.

ഭാസ്ക്കരൻ : *(ചിരിച്ചുകൊണ്ട്)* നമ്മളെല്ലാം എവിടെയെത്തി എന്നു ആലോചിച്ചു പോകുന്നു നായരെ.

ദാമോദരൻ : വേണ്ട. ഒന്നും ആലോചിക്കണ്ട.

(ഏകദേശം 50 വയസ്സ് തോന്നിക്കുന്ന കേശവൻ നമ്പൂതിരി അമ്പലത്തിൽ നിന്നും പൂജകഴിഞ്ഞു വരുന്ന വഴി. മുണ്ടും തോർത്തും വേഷം. പൂണൂൽ. ചെവിയിൽ തുളസിക്കതിരും ചെമ്പരത്തിയും നെറ്റിയിൽ ചന്ദനപ്പൊട്ടും. കയ്യിൽ താക്കോൽകൂട്ടം)

മൂന്നുപേരും അയാളെ നോക്കുന്നു.

പപ്പൻ നായർ : എന്താ കേശവനങ്ങുന്നേ കയറൂ. പത്രവാർത്തകളൊക്കെ അറിഞ്ഞുപോകാമല്ലൊ. എന്താ ഒരു ശങ്ക. എന്റെ അടുത്ത് ഇരുന്നോളൂ.

ഭാസ്ക്കരൻ : അതെന്താ നായരെ ഞങ്ങളെ അടുത്തിരുന്നാൽ. ഞങ്ങൾ മനുഷ്യരല്ലെ.

ദാമോദരൻ : അങ്ങിനെയല്ല ഭാസ്ക്കര. നമ്പൂതിരി നായരോട് അടുത്ത് നിൽക്കുന്നു.

കേശവൻ നമ്പൂതിരി : വേവലാതി വേണ്ട. നോം പോയ്ക്കോളാം. ഇക്കാലത്ത് അയിത്തോം തീണ്ടലും അത്രയൊന്നും ഇല്ലാന്ന് വെച്ചോ. ന്നാലും ശിവ ശിവ...

പപ്പൻനായർ : കേശവനങ്ങുന്ന് വന്നേ. കണ്ടിട്ട് നാളേറെയായില്ലെ. നമുക്കിത്തിരി സംസാരിക്കാം. ഞങ്ങൾ ജാതിസംഘടനകളെപ്പറ്റി ചിലത് പറയാണ്.

(ജാതി സംഘടനയെന്നു കേട്ടപ്പോൾ നമ്പൂതിരിക്ക് ഉത്സാഹം വർദ്ധിക്കുന്നു. അയാൾ പപ്പൻ നായരുടെ അടുത്തിരിക്കുന്നു. ഒരു മാസിക എടുത്ത് മറിച്ചു നോക്കുന്നു.)

ദാമോദരൻ : നമ്പൂരിക്ക് സംഘടനയില്ലെ.

നമ്പൂതിരി : ഉണ്ടെന്നെ. കേട്ടിട്ടില്ലെ. ബ്രാഹ്മണമഹാസഭ

ഭാസ്ക്കരൻ : ഓ... ഇതും ആ വക തന്നെ. സകല മൂർഖന്മാരും ഒത്തു ചേർന്നിട്ടുണ്ടല്ലോ.

പപ്പൻനായർ : ഭാസ്ക്കരാ... ഞങ്ങളെ വിഷജന്തുക്കളോട് ഉപമിക്കരുത്. സൂക്ഷിക്കണം.

ഭാസ്ക്കരൻ : നിങ്ങൾക്ക് പറ്റിയ ഉപമ ഇതല്ലാതെ വേറൊന്നില്ല. വിഷം പരത്തലാണ് ഇത്തരം സംഘടനകളുടെ ലക്ഷ്യം തന്നെ.

നമ്പൂതിരി : ഹെന്താ നായരെ. ഇതൊക്കെ ഇയാൾക്കൊരു അലർജി പോലെ.

ദാമോദരൻ : അയാളും ഞാനും ഈഴവരാണ്. *(നമ്പൂതിരിയുടെ മുഖം മ്ലാനമാകുന്നു.)* ഞാൻ ഈഴവസംഘടനയിൽ ചേർന്നു.

നമ്പൂതിരി : സാരംല്യ. വെവരം ഇല്ലാഞ്ഞിട്ടാണ്. ശരി കഷ്ടം. ക്ഷമിക്ക് ക്ഷമിക്ക്. ശംഭോ മഹാദേവാ...

ഭാസ്ക്കരൻ : നമ്പൂരി. ദാമ്വോട്ടൻ ഈഴവസംഘടനയിൽ ചേർന്നതുകൊണ്ട് കിട്ടിയ ഗുണം അറിയോ. ദാമ്വോട്ടന്റെ മക്കൾക്കെല്ലാം ജോലികിട്ടി. നാട്ടിലെ പട്ടിണിയും മാറി.

(ദാമു വല്ലാതെ പരുങ്ങുന്നു.)

ദാമോദരൻ : ഭാസ്ക്കരാ നീ എന്നെ കൊച്ചാക്കുകയാണോ...

പപ്പൻനായർ : അതൊരു പരിഹാസമാണല്ലോ. ഞാൻ നായർ സഭയിൽ ചേർന്നതുകൊണ്ട് എന്റെ മക്കൾക്കും ജോലി കിട്ടി എന്ന് ഇവൻ പറയുമല്ലോ.

ഭാസ്ക്കരൻ : പിന്നെ ഇതൊക്കെ എന്തിന്റെ ആവശ്യത്തിനാണ്.

നമ്പൂതിരി : സമുദായത്തെ രക്ഷിക്കാൻ

ഭാസ്ക്കരൻ : സമുദായം എന്നുപറയുന്നത് എന്താണ് നമ്പൂരി മനുഷ്യനോ? മരമോ?

ദാമോദരൻ : ഓരോന്നിനും ഓരോ സമുദായമുണ്ട്.

പപ്പൻനായർ : അതെ. അതാണ് ശരി. മരസമുദായം, മൃഗസമുദായം. പക്ഷി സമുദായം, മനുഷ്യസമുദായം.

ഭാസ്ക്കരൻ : ഞാനും പറയുന്നത് അതുതന്നെയാ. മനുഷ്യന് ഒരു സമുദായമേ ഉള്ളൂ. അതാണ് മനുഷ്യസമുദായം. അല്ലാതെ നായർ, ഈഴവർ, ക്രിസ്ത്യൻ, ബ്രാഹ്മണൻ എന്നതല്ല.

നമ്പൂതിരി : ഭാസ്ക്കരാ അത്രടത്തോളം വേണോ ശിവ ശിവ...

ഭാസ്ക്കരൻ : വേണം നമ്പൂരി. ഒരേ ആവശ്യക്കാർ ഭിന്നിച്ചു നിന്നാൽ കുളം തോണ്ടും നമ്പൂരി.

ദാമോദരൻ : അല്ല നമ്പൂരി. ഏതാണ്ടൊക്കെ സുഖം തന്നെയല്ലെ.

നമ്പൂതിരി : ആങ്ങ്. ഒരുവിധം ഒത്തുപോണൂ. അമ്പലത്തിലെ പൂജ മുടങ്ങിയില്ലെങ്കിൽ. എന്നാലും കുഴപ്പത്തിലാ ദാമൂ. ഒരു കാര്യത്തിൽ കുഴപ്പോല്ല്യ.

പപ്പൻനായർ : ഏതു കാര്യത്തിലാ

നമ്പൂതിരി : മക്കളുടെ പണിയപേക്ഷ അയക്കുന്ന കാര്യത്തിൽ.

ദാമോദരൻ : എന്ത്? പണിയപേക്ഷയോ

നമ്പൂതിരി : മനസ്സിലായില്ലേ. നാശം ജോലിക്ക് അപേക്ഷ അയക്കൽ.

ഭാസ്ക്കരൻ : അപ്പോൾ നമ്മൾ എല്ലാവരും തുല്യരാണ്. *(നമ്പൂരിയുടെയും നായരുടെയും നെറ്റി ചുളിയുന്നു.)*

പപ്പൻനായർ : ഭാസ്ക്കരാ, മര്യാദ തെറ്റിക്കരുത്. സൂക്ഷിക്കണം.

ഭാസ്ക്കരൻ : ഓ... മറന്നു നായരെ. ഞങ്ങൾ രണ്ടുപേർ ഈഴവർ. താങ്കൾ നായർ. ഇദ്ദേഹം ദൈവത്തിന്റെ സ്വന്തം പ്രതിനിധിയായ ബ്രാഹ്മണൻ. പോരെ നായരെ. പക്ഷെ...

ദാമോദരൻ : എന്താ പക്ഷെ

ഭാസ്ക്കരൻ : നാമെല്ലാം മനുഷ്യരാണ് എന്ന ബോധം.

നമ്പൂതിരി : സാരംല്യ. വെവരം കാണൂല്ല നാശം. ശംഭോ മഹാദേവ.

ഭാസ്ക്കരൻ : എന്താ നമ്പൂരി വിവരക്കേട്

നമ്പൂതിരി : വെവരക്കേടല്ലാതെ മറ്റെന്താ. ആണിനും പെണ്ണിനും തുല്യത വേണമെന്ന് പറയുന്ന വർഗമല്ലേ. എടോ ഇത് രണ്ടും ഒരുപോലെ എങ്ങിനെയാവും.

ദാമോദരൻ : നമ്പൂതിരി ആളുമോശമല്ലല്ലോ.

പപ്പൻനായർ : അങ്ങുന്നേ

നമ്പൂതിരി : എന്തോ

പപ്പൻനായർ : ആണും പെണ്ണും ഒരുപോലെ ആവണമെന്നല്ല.

അതൊട്ട് സാദ്ധ്യവുമല്ല. അങ്ങിനെ ആയി എന്നിരിക്കട്ടെ. നമ്മളും അവരും കഷ്ടത്തിലാവില്ലേ. *(എല്ലാവരും ചിരിക്കുന്നു.)*

നമ്പൂതിരി : പിന്നെ എന്തു തുല്യത വേണമെന്നാ ഇപ്പറേന്നെ.

ദാമോദരൻ : സമത്വം. സമത്വം എല്ലാവിധ തൊഴിലുകളിലും പെണ്ണുങ്ങൾക്കും അവസരം കൊടുക്കാൻ.

നമ്പൂതിരി : ശ്ശി കഷ്ടാണ് ട്ട്വോ. ചിരി വരണ്. തെങ്ങേ കേറാൻ പെണ്ണുങ്ങൾ തുടങ്ങിയാലത്തെ കഥ. ശിവ ശിവ. *(നമ്പൂരി വാ പൊത്തി ചിരിക്കുന്നു.)* എന്റെ പപ്പാ ഒന്നാലോചിച്ച് നോക്ക്.

ഭാസ്ക്കരൻ : നമ്പൂരിക്ക് പപ്പനെന്ന് വിളിക്കാമോ

പപ്പൻനായർ : പിന്നെ വിളിക്കാമെന്നോ അവിടുന്ന് അങ്ങിനെയേ വിളിക്കാവൂ.

ഭാസ്ക്കരൻ : അപ്പോൾ ഞാൻ വിളിച്ചാലെന്താ. ഞാനും നമ്പൂരിയും മനുഷ്യരല്ലേ.

പപ്പൻനായർ : മനുഷ്യരാ. പക്ഷെ നീ ഈഴവനല്ലെ.

ഭാസ്ക്കരൻ : അപ്പോൾ ദാമുവേട്ടൻ ഈഴവനാണ്. സമുദായ സംഘടക്കാരനായതുകൊണ്ട് പപ്പാന്ന് വിളിക്കാമോ.

നമ്പൂതിരി : അതും പറ്റില്ല്യാട്ടോ. കളി ഒപ്പോപ്പം ഊണ് വേറെ വേറെ.

ഭാസ്ക്കരൻ : ദാമുവേട്ട. നിങ്ങൾ മൂന്നുപേരും സമുദായ സംഘടനക്കാർ ഉണ്ണുന്ന കാര്യത്തിൽ വേറെ വേറെ. ഇപ്പോൾ മനസ്സിലായോ ഇത് വിഷമമാണെന്ന്. *(ദാമു അനങ്ങാതെ തല താങ്ങി ഇരിക്കുന്നു.*

നമ്പൂതിരി : നോക്കണെ ദുശ്ശകുനം. ദാമുവിന്റെ മനം മാറ്റാനാ ഈ സൂത്രപ്പണി. വേണ്ട ഇത് നടപ്പില്ല. ശിവ... ശിവ...

ഭാസ്ക്കരൻ : മനം മാറ്റം ദാമുവേട്ടനു മാത്രമല്ല. നിങ്ങളെപ്പോലുള്ള എല്ലാവർക്കും വരും.

പക്ഷെ വില കൂടിയ മരുന്ന് പ്രയോഗിക്കേണ്ടി വരുമെന്നു മാത്രം.

നമ്പൂതിരി : അതെന്താ പപ്പാ രോഗം അത്ര കടുപ്പമാണോ?

ഭാസ്ക്കരൻ : മതം ജാതി ഈ ഭ്രാന്തിനേക്കാൾ കടുപ്പമുള്ള രോഗം വേറെയില്ല.

പപ്പൻനായർ : അങ്ങുന്നേ ശ്രദ്ധിക്കണം. ഭാസ്ക്കരന്റെ കൂടോത്രം ബാധിക്കാതെ നോക്കണേ. തലക്ക് വെളിച്ചം കറക്കലാ ഇവന്റെയൊക്കെ പണി.

ദാമോദരൻ : എന്ന് ഞാൻ പറയുന്നില്ല.

നമ്പൂതിരി : കണ്ടോ ഞാൻ പറയാണ് ട്ടോ. കൂടോത്ര പണി തന്നെയാ പപ്പാ. ദാമുവിന് ഫലിച്ചു വരുന്നുണ്ടെന്നാ തോന്നണെ.

ഭാസ്ക്കരൻ : തലക്ക് വെളിച്ചമില്ലാത്തതാ നിങ്ങളുടെയൊക്കെ കുറ്റം. പഠിപ്പും പാസും മാത്രമല്ല യോഗ്യത. ലോകം കാണാനുള്ള കണ്ണും വേണം.

നമ്പൂതിരി : അപ്പോൾ ഭാസ്ക്കരാ നമ്മൾ ഭൂമിയിലല്ലെ ഇപ്പോൾ ഉള്ളത്.

ദാമോദരൻ : അതിനെന്താ സംശയം നമ്പൂതിരി

നമ്പൂതിരി : എന്തോ എനിക്കൊരു സംശയം. നമ്മൾ ഈ ലോകത്തല്ലെ എന്ന്. *(നമ്പൂതിരി മുകളിലോട്ട് നോക്കി)* മേലെ ആകാശം കാണുന്നുണ്ട്. അപ്പോൾ നമ്മളീ ലോകത്തിൽ തന്നെയാ ശിവ ശിവ ശിവ...

പപ്പൻനായർ : നമ്പൂരി അത് ഭാസ്കരനു കൊടുത്ത അടിയാണല്ലോ.

ഭാസ്ക്കരൻ : നിങ്ങളുടെ വെളിച്ചക്കുറവും അത് വെളിവാക്കുന്നു.

നമ്പൂതിരി : ഏതായാലും ഇവിടെ നിൽക്കുന്നത് അത്ര പന്തിയല്ല പപ്പാ. ദാമൂ നമുക്ക് നമ്മുടെ വഴിക്ക് പോകാം. വലയിൽ കുടുങ്ങുന്നതിനു മുൻപ് രക്ഷപ്പെടണം. ശിവ ശിവ...

ഭാസ്ക്കരൻ : ഞാൻ ഒരു വലയും വിരിച്ചിട്ടില്ല. പക്ഷെ നമ്മളെല്ലാം വലയിൽ കുടുക്കപ്പെട്ടവരാണ്.

നമ്പൂതിരി : നമ്മളോ! അപ്പോ നീയും ഞങ്ങടെ കൂട്ടത്തിലോ, ശംഭോ മഹാദേവ...

ഭാസ്ക്കരൻ : എന്താ നമ്പൂരി നമ്മൾ എല്ലാവരും മനുഷ്യരാണെന്നാ പറഞ്ഞത്.

ദാമോദരൻ : അക്കാര്യത്തിൽ അൽപം ശരിയുണ്ട്.

ഭാസ്ക്കരൻ : അൽപ്പം മാത്രമല്ല. അതുമാത്രമേ ശരിയുള്ളൂ. മനുഷ്യർ രണ്ട് ജാതികളെ ഉള്ളൂ.

പപ്പൻനായർ : അപ്പോ നീയും ജാതി തിരിച്ചുതന്നെയാണല്ലോ പറയുന്നത്.

ഭാസ്ക്കരൻ : അതാ ഞാൻ നേരത്തെ പറഞ്ഞത്. തലക്ക് വെളിച്ചം വേണമെന്ന് ഞാൻ പറയുന്ന ജാതി ആണും പെണ്ണും എന്ന രണ്ടു ജാതിയെപ്പറ്റിയാണ്.

ദാമോദരൻ : പപ്പൻനായരെ അതുശരിയല്ലെ.

പപ്പൻനായർ : ദാമൂ അത് ശരിയാണെന്ന് തോന്നുന്നു.

നമ്പൂതിരി : എന്തോ അത് ശരി തന്നെയാണോ? ശിവ... ശിവ...

ഭാസ്ക്കരൻ : ഒരു സംശയവും വേണ്ട. അതേ ശരിയുള്ളൂ. മറ്റുള്ള വേർതിരിക്കൽ സ്വയം നശിക്കൽ ആണ്.

നമ്പൂതിരി : നാം ഇവിടെ അധികം നിൽക്കരുത്. ആപത്ത് അടുത്തെത്തി. രക്ഷപ്പെടണം. ശിവ... ശിവ...

ദാമോദരൻ : എന്താ നമ്പൂരി ആപത്ത്

പപ്പൻ നായർ : വലയിൽ കുടുങ്ങും തീർച്ച. രക്ഷപ്പെടണം.

ഭാസ്ക്കരൻ : രക്ഷപ്പെടാനോ. എവിടെ രക്ഷപ്പെടാൻ. നിങ്ങളുടെ പോക്ക് രക്ഷപ്പെടാനല്ല നശിക്കാനാണ്. സമുദായ പ്രമാണിമാരെ വളർത്തി വലുതാക്കാൻ സാധാരണക്കാരനെ കരുവാക്കുന്നു.

ദാമോദരൻ : ഭാസ്ക്കരൻ പറഞ്ഞ കാര്യങ്ങൾ ഏറെക്കുറെ ശരിയല്ലെ നായരെ. നമ്പൂരിക്ക് എന്തു തോന്നുന്നു.

നമ്പൂതിരി : എന്തോ എനിക്കൊരു ആധി. ശിവ... ശിവ...

ഭാസ്ക്കരൻ : ജോലിക്കുവേണ്ടി അലയുന്ന ലക്ഷങ്ങൾ ഈ നാട്ടിലില്ലെ? ഒരു നേരത്തെ ആഹാരത്തിനു

വേണ്ടി തെണ്ടുന്നവരില്ലേ.
(മൂന്നുപേരും അതെയെന്നു തലകുലുക്കി സമ്മതിക്കുന്നു.)
എല്ലാ സമുദായങ്ങൾക്കും സംഘടന ഉണ്ടാക്കിയിട്ടില്ലേ.

മൂന്നുപേരും : ഉണ്ടാക്കിയിട്ടുണ്ട്.

ഭാസ്ക്കരൻ : ജോലിയില്ലാത്തവർക്ക് ജോലികിട്ടാനുള്ള വല്ല വഴിയും സംഘടന ആലോചിച്ചോ? പട്ടിണി മാറ്റാനുള്ള വല്ല മാർഗങ്ങളും ആരാഞ്ഞോ?

ദാമോദരൻ : ഇല്ല.

പപ്പൻനായർ : എനിക്കോർമ്മയില്ല

നമ്പൂതിരി : എന്തോ എനിക്ക് നിശ്ചല്ല്യ. ശംഭോ മഹാദേവ....

ഭാസ്ക്കരൻ : കൃഷിക്കാരന്റെ കാര്യം വല്ലതും പറഞ്ഞോ സംഘടന.

പപ്പൻനായർ : ഇല്ല.

ഭാസ്ക്കരൻ : അത് ഉൽപ്പാദിപ്പിക്കുന്നവനാരാ... തൊഴിലാളികളുടെ കാര്യം ആലോചിച്ചോ. തൊഴിൽ ഇല്ലാത്തവർക്ക് തൊഴിൽ കൊടുക്കാനുള്ള വ്യവസായങ്ങളെ പറ്റി പറഞ്ഞോ?

ദാമോദരൻ : പിന്നെ എന്തിനാ ജാതി സംഘടന

ദാമോദരൻ : ഏതാണ്ട് ഇതൊക്കെ ശരിയല്ലെ നമ്പൂരി.

നമ്പൂതിരി : ഒക്കെ ശരിയാണെന്നാ തോന്നുന്നത്. ശംഭോ മഹാദേവ...

ഭാസ്ക്കരൻ : ശരിയാണെന്ന തോന്നൽ മാത്രം പോരാ. നിങ്ങളെപ്പോലുള്ളവർ ഈ രാജ്യത്ത് ശാപമാണ്.. പഠിപ്പും യോഗ്യതയും ആരോഗ്യവുമുള്ള യുവാക്കളെ തെണ്ടികളാക്കുന്ന വ്യവസ്ഥയല്ലെ നമ്മുടേത്. മനസ്സിലായോ നമ്പൂതിരി, പപ്പൻനായരെ. എന്താ ദാമുവേട്ടാ.

ദാമോദരൻ : ഭാസ്ക്കരാ, ശരിയാണ്. തൊഴിലില്ലായ്മയും പട്ടിണിയും മാറ്റാൻ ജാതി സംഘടനകൾക്ക് കഴിയില്ല. മനുഷ്യന്റെ സംഘടിത ശക്തിയാണാവശ്യം.

നമ്പൂതിരി : നിങ്ങളൊക്കെ ആലോചിക്കുന്നത് എനിക്കും തോന്നണ്ണ്ട്. എന്നാലും ഒരു ആധി ശിവ...ശിവ...

ഭാസ്ക്കരൻ : മനുഷ്യന്റെ സംഘടനാ ശക്തിയാണ് നാടിന്റെ മോചനത്തിനാവശ്യം.

ദാമോദരൻ : വർഗീയത നാടിന്നാപത്താണ്.

പപ്പൻനായർ : ജാതി സംഘടനകൾ വിഷജന്തുക്കൾ ആണ്.

ഭാസ്ക്കരൻ : മനുഷ്യൻ. അജയ്യ ശക്തിക്കുമുന്നിൽ കുലുങ്ങാത്ത കോട്ടകളില്ല. തകരാത്ത ശക്തിയില്ല. നാടിന്റെ മോചനത്തിനായി മനുഷ്യാ ഒറ്റക്കെട്ടായി സംഘടിക്കൂ. മോചനം അകലെയല്ല.

(സംഭാഷണം നടന്നുകൊണ്ടിരിക്കുമ്പോൾ കഥാപാത്രങ്ങൾ സൗകര്യമനുസരിച്ച് സ്ഥലം മാറുകയോ പത്രമാസികകൾ കൈകാര്യം ചെയ്തോ വായനശാലയുടെ അന്തരീക്ഷം സൃഷ്ടിക്കാം. കഥാപാത്രങ്ങളെ കൂടാതെ മൂന്നോ നാലോ പേർ പലപ്പോഴായി വായനശാലയിൽ വന്നുപോയ്ക്കൊണ്ടിരിക്കുന്നത് വിരസത ഒഴിവാക്കാൻ സഹായിക്കും.)

മൂന്നാം വാർഷികാഘോഷം

നളന്ദ കലാകേന്ദ്രം, കാരാൽതെരു, കോടിയേരി.

1968 ഫിബ്രവരി 26-ാംനു- തിങ്കളാഴ്ച (ശിവരാത്രിദിവസം) വൈകുന്നേരം 6-30നു

കാരാൽതെരു ഗണപതി ക്ഷേത്രത്തിന്നു സമീപം

നളന്ദ കലാകേന്ദ്രത്തിന്റെ 3-ാം വാർഷികാഘോഷം താഴെ പറയുന്ന പരിപാടിയനുസരിച്ചു ആഘോഷിക്കാൻ തീരുമാനിച്ച വിവരം കലാസ്വാദകരായ നാട്ടുകാരെ അറിയിച്ചുകൊള്ളുന്നു.

ആഘോഷം വിജയപ്രദമാക്കിത്തരാൻ എല്ലാവരുടേയും സഹായസഹകരണങ്ങൾക്കായി ഞങ്ങൾ അഭ്യർത്ഥിക്കുന്നു.

പരിപാടി

അദ്ധ്യക്ഷൻ:- ശ്രീ എം. കെ. ദാമോദരൻ B. A. B. L. വക്കീൽ

ഉൽഘാടകൻ:- ശ്രീ കെ. പി. നാരായണൻ M. A. B. T. (പ്രിൻസിപ്പാൾ, കേപ്പീസ് ട്യൂട്ടോറിയൽ കോളേജ്)

പ്രസംഗം:-
1. ശ്രീ എം. പി. കമാരൻ B. A. B. Ed.
2. ശ്രീ എം. എം. നാണനമ്പ്യാർ (വൈസ് പ്രസിഡണ്ട്, കോടിയേരി പഞ്ചായത്ത്)

1 ഗാനമേള:— **ബാലരാജ് & പാർട്ടി**

2 നാടകം:— **കറവപ്പശുക്കൾ**
(സാമൂഹ്യസംഗീതനാടകം)

അവതരണം:— **നളന്ദ കലാകേന്ദ്രം**

ഗാനങ്ങൾ	സംഗീതം
രാമൻ മാസ്റ്റർ	**ബാലരാജ്**
പാശ്ചാത്തല സംഗീതം	തബല
സി. കെ. കെ. പണിക്കർ	**മോഹൻദാസ്**

പിന്നണി
മോഹൻദാസ്, വിജയി

കാരാൽതെരു,
17—2—68

സിക്രട്ടരി,
ആഘോഷക്കമ്മിററി.